ਧੁਨ ਦੀ ਖ਼ੁਸ਼ਬੂ

(ਗ਼ਜ਼ਲਾਂ, ਦੋਹੇ ਅਤੇ ਤ੍ਰਿਵੇਣੀਆਂ)

ਦਵਿੰਦਰ ਪੂਨੀਆ

ਚੇਤਨਾ ਪ੍ਰਕਾਸ਼ਨ

ਪੰਜਾਬੀ ਭਵਨ, ਲੁਧਿਆਣਾ

Dhun Di Khushboo

Ghazals, Dohas & Trivenis by

Davinder Punia ©
V.P.O. Sihala, Teh. Samrala
Distt. Ludhiana, Punjab-141125 (INDIA)
Abbotsford, B.C.
CANADA
Phone No. 001-604-768-7283
E.mail- puniadavinder@gmail.com
@ facebook, @ whatsapp

ISBN : 978-93-87629-29-5

Rs. 150/-

2018

Printed and Bound In India

Published by

Chetna Parkashan

PUNJABI BHAWAN, **LUDHIANA** (Pb.) INDIA
Ph. 0161-2413613, 2404928, (M) 98152-98459, 98762-07774
Website: www.chetnaparkashan.com
E-mail: chetnaparkashan@gmail.com
Sub Off.: Qila Road, Opp. Bus Stand, KOTKAPURA (Pb.) INDIA
Ph.: 95011-45039

Printer : R.K. Offset, Delhi

*

follow us on : www.facebook.com/ChetnaParkashan

ਸਮਰਪਣ

ਨੇਅਮਤ, ਸਹਿਰ, ਸ਼ਾਰਵ
ਅਤੇ ਇਨ੍ਹਾਂ ਵਰਗੇ ਸਭ ਬੱਚਿਆਂ
ਦੇ
ਨਾਂ

ਤਤਕਰਾ

ਜੇ ਖੁੱਲ੍ਹੇ ਮਨ ਲਈ ਕਵਿਤਾ ਦੁਆਰਾ	9
ਸ਼ਬਦ ਦੀ ਜੇ ਕੋਈ ਸਬੀਲ ਨਹੀਂ	10
ਚੜ੍ਹੀ ਆਰਿਫ਼ਾਨਾ ਗ਼ਜ਼ਲ ਵਿੱਚ ਸਿਆਸਤ	11
ਉਹ ਜਾਵੇ ਕਿਵੇਂ ਮੈਂ ਕਈ ਦਰ ਬਣਾਏ	12
ਰਸ ਬਰਾਬਰ ਹੈ ਰਾਬਤਾ ਕਿੱਥੇ	13
ਫ਼ਿਕਰ 'ਚੋਂ ਫ਼ਿਕਰ ਜਦ ਉਜਾਗਰ ਹੈ	14
ਕੋਈ ਖ਼ੁਸ਼ਕਿਸਮਤ ਹੀ ਮਾਣੇ ਹੋਰ	15
ਕੀ ਤੁਹਾਡੇ ਰੁਖ਼ ਉਮੀਦੋਂ ਹੋ ਗਏ	16
ਜੱਗ ਨੂੰ ਰਵਾਇਤਾਂ ਨੂੰ ਤੇ ਭਾਸ਼ਾ ਨੂੰ ਛੇੜਿਆ	17
ਸ਼ਬਦ ਵਿੱਚ ਹੀ ਮੇਰਾ ਟਿਕਾਣਾ ਹੈ	18
ਕਹਿਣ ਨੂੰ ਇਹ ਕੋਈ ਵਿਸ਼ਾ ਹੀ ਨਹੀਂ	19
ਹਾਕਾਂ ਦਾ ਕਿਧਰੇ ਸਵਾਗਤ ਵੀ ਹੋਵੇ	20
ਇਸ ਤਰ੍ਹਾਂ ਦੇ ਵੀ ਜ਼ਰਾ ਹੋ ਜਾਓ	21
ਇਵੇਂ ਜੀਵਨ ਨੂੰ ਕੁਝ ਕੁਝ ਜਾਣਿਆ ਹੈ	22
ਜਦ ਭਰੋਸੇ ਉਲਾਰ ਹੁੰਦੇ ਨੇ	23
ਸੇਕ ਦਾ ਫ਼ੈਸਲਾ ਫੈਲਦਾ ਹੀ ਗਿਆ	24
ਚਿਹਰੇ ਉੱਤੇ ਯਕੀਨ ਵੀ ਆਵੇ	25
ਸੂਰਜ ਦੀ ਚਿਹਰੇ ਤੇ ਰੰਗਤ ਵੀ ਹੋਵੇ	26
ਨ ਦੁਆਵਾਂ 'ਚ ਸੰਭਲ਼ਣਾ ਚਾਹਾਂ	27
ਮੈਂ ਜੀਵਨ ਜਿਸ ਤਰ੍ਹਾਂ ਦਾ ਜੀਵਿਆ ਹੈ	28
ਕਲਪਨਾ ਦੀ ਹੈ ਸਖੀ ਹੈਰਾਨੀ	29
ਸਭਨੀਂ ਥਾਈਂ ਪਿੱਛੇ ਹਾਂ	30
ਮਨੂ ਦੀ ਸਿਮਰਤੀ ਤਿਰਸ਼ੂਲ ਚੁੱਕੀ	31
ਖ਼ੂਬ ਲੋਕਾਂ ਨੂੰ ਜਾਣਕਾਰੀ ਹੈ	32
ਐਸ਼ ਨ੍ਹੇਰੇ ਨੂੰ ਇੰਤਿਹਾ ਦੀ ਹੈ	33

ਸਭ ਥਾਂ 'ਤੇ ਸਭ ਦੀ ਹਿਫ਼ਾਜ਼ਤ ਵੀ ਹੋਵੇ 34
ਹਮੇਸ਼ਾ ਵਾਂਗ ਉਵੇਂ ਦਿਨ ਗੁਜ਼ਰਿਆ ਹੈ 35
ਆਸ ਇਮਦਾਦ 'ਤੇ ਟਿਕਾ ਬੈਠੇ 36
ਅੱਖ ਅੱਖ ਵਿੱਚ ਸੂਰਜ ਪਰਤੱਖ 37
ਮੈਂ ਕਹਿ ਤਾਂ ਰਿਹਾਂ ਕਿ ਉਹ ਪੂਰੀ ਗ਼ਜ਼ਲ 38
ਜੋ ਨਹੀਂ ਹਾਂ ਉਹੀ ਜ਼ਿਆਦਾ ਹਾਂ 39
ਉਹ ਹਰ ਉਦਾਸ ਜਿਹੀ ਧੁਨ 'ਚ ਖ਼ੁਸ਼ ਚਰਾਗ 40
ਤੇਹਾਂ ਦੇ ਖ਼ਾਬਾਂ 'ਚ ਸ਼ਰਬਤ ਵੀ ਹੋਵੇ 41
ਕੀ ਦੁਆਵਾਂ ਨੇ ਹਾਰਿਆ ਹੀ ਨਹੀਂ 42
ਵਕਤ ਅਕਸਰ ਬਲਾ ਜਿਹਾ ਰਹਿੰਦੈ 43
ਇਹ ਕੇਵਲ ਤਾਸ਼ ਹੈ ਉਹ ਭੁੱਲਿਆ ਹੈ 44
ਲੋਭ ਮਸਰੂਫ਼ ਬੜੇ ਹੋਏ ਨੇ 45
ਮੇਰਿਓ ਖ਼ਾਬੋ ਖ਼ਿਆਲੋ ਮੇਰੀਓ ਦਿਲਚਸਪੀਓ 46
ਜ਼ਿੰਦਗੀ ਦਾ ਨ ਪਤਾ ਲੈਂਦੇ ਹਾਂ 47
ਸੱਚ ਤੋਂ ਵੱਡੀ ਕਹਾਣੀ ਹੈ ਸੁਣੋ 48
ਹਰ ਥਾਂ ਪਹੁੰਚੇ ਹੁੰਦੇ ਹੋ 49
ਹਵਾ ਦੇ ਰਾਹ 'ਚ ਜੰਗਲ ਦਾ ਕੋਈ ਹਿੱਸਾ 50
ਜਜ਼ਬਿਆਂ ਨੂੰ ਦੁਖਾਉਂਦੇ ਰਹਿੰਦੇ ਨੇ 51
ਹਉਮੈ ਦੇ ਨਾਲ਼ ਸੋਚ ਨੂੰ ਇਹ ਮਿਲਦੀਆਂ ਨੇ 52
ਗਾ ਰਿਹਾਂ ਸੁਰ ਲਗਾਉਣ ਤੋਂ ਬਾਹਰ 53
ਰਾਜ ਕਰਦੀ ਉਹ ਖ਼ੁਸ਼ ਹੈ ਮਸਤ ਨਿਡਰ 54
ਜਦੋਂ ਵੀ ਤਰਸ ਉਸ 'ਚੋਂ ਵੇਖਿਆ ਹੈ 55
ਮੁਹੱਬਤ ਦੇ ਹਮਰਾਜ਼ ਮੌਸਮ ਲਈ 56
ਕਾਵਿ ਉਤਕਰਸ਼ ਪਹੁੰਚਿਆ ਕਿੱਥੇ 57
ਛਾਂ ਦਾ ਅੱਯਾਸ਼ ਸੂਰਜ ਨਾ ਭਾਲ਼ੇ 58
ਸਖ਼ਤ ਕਥਾਵਾਂ 'ਚ ਮਿਲਦੇ ਨਰਮ ਚਰਿੱਤਰ 59
ਸੰਸਕਾਰਾਂ 'ਚ ਟਿਕੇ ਹੋਏ ਨੇ 60

ਉਦਾਸ ਹੋਣ ਦਾ ਕਾਰਨ ਜੇ ਪਾਇਦਾਰ ਮਿਲੇ 61
ਨਾਰੀਅਲ ਸਖ਼ਤ ਬਹੁਤ ਨਰਮ ਗਿਰੀ 62
ਇਹ ਫ਼ਰਮਾਨ ਗ੍ਰੰਥਾਂ ਵਿੱਚੋਂ ਰੋਜ਼ ਹੀ ਜਾਰੀ 63
"ਦਿਸ ਰਹੀ ਗੁਲਮੁਹਰ ਦੀ ਡਾਲ਼ ਜਿਹੀ" 64
ਕਹੇ ਹੋਏ ਨੂੰ ਹੀ ਕਹਿਣਾ ਹੈ ਤਾਂ ਅਸਮਾਨ 65
ਲਾਹ ਦਿਓ ਜੀ ਮੁਲੰਮੇ ਅਭਾਗੇ 66
ਇਕਰਾਰ ਵਿੱਚ ਇਨਕਾਰ ਦੇ ਧੱਬੇ ਨੇ ਗੂੜ੍ਹੇ 67
ਬਾਬਾ ਨਾਨਕ ਮਾਫ਼ ਕਰੀਂ 68
ਗੰਭੀਰ ਮਿਸਾਲ ਬੇਬਸੀ ਦੀ 69
ਕਹਿੰਦੇ ਨੇ ਦਾਇਰਾ ਹਿਫ਼ਾਜ਼ਤ ਹੈ 70
ਹਵਾ ਹਵਾ 'ਚ ਹੈ ਆਈ ਤੇ ਜਲ 'ਚ ਜਲ 71
ਖਿਝੇ ਰਹੇ ਜੋ ਲੂਆਂ ਪਾਲ਼ਿਆਂ ਤੋਂ 72
ਬਲ਼ਦੇ ਸੂਰਜ ਦਾ ਕਿਸ ਨੂੰ ਸਹਾਰਾ 73
ਖੁੱਲ੍ਹੇ ਅੰਬਰ ਨੂੰ ਸਭ ਪਤਾ ਕਿੱਥੇ 74
ਸਭ ਦਰੱਖ਼ਤਾਂ ਤੇ ਜ਼ਿਆਦਾ ਫ਼ਲ ਹੋਣ 75
ਅਰਥ ਤੋਂ ਪਾਰ ਵੀ ਕੋਈ ਸ਼ੈਅ ਹੈ 76
ਗੁਜ਼ਰਦੇ ਵਕਤ ਦਾ ਵਿਸ਼ ਸਭ ਤਨਾਂ ਮਨਾਂ 77
ਮੇਰੇ ਸ਼ਿਅਰਾਂ 'ਚ ਜੋ ਸਿਆਹੀ ਹੈ 78
ਬੜੇ ਨੇ ਪੰਧ ਵਿੱਚ ਸਦੀਆਂ ਦੇ ਪੱਥਰ 79
ਸ਼ਬਦਾਂ ਨੂੰ ਜਿਸ ਨੇ ਤਮਗ਼ਿਆਂ ਦੀ ਦੌੜ ਵਿੱਚ 80
ਇਹ ਖ਼ੁਸ਼ੀ ਅਸਲ ਵਿੱਚ ਹਾਦਸਾ ਹੈ 81
ਅੱਤ ਕਿਉਂ ਅੰਤ ਹਰਾਇਆ ਨ ਹਰੇ 82
ਰੰਗ ਉਮੰਗ ਤਰੰਗ ਸਜੀ ਹੈ 83
ਦੋਹੇ 85-89
ਤ੍ਰਿਵੇਣੀਆਂ 90-104

❑

ਜੇ ਖੁੱਲ੍ਹੇ ਮਨ ਲਈ ਕਵਿਤਾ ਦੁਆਰਾ
ਬਹੁਤ ਨਜ਼ਦੀਕ ਹੈ ਅੰਤਿਮ ਸਿਤਾਰਾ

ਅਲੱਗ ਸੁਰਤੀ ਤੇ ਬਿਰਤੀ ਤੁਰਨ ਲੱਗੀਆਂ
ਚਲੋ ਰੋਕੋ, ਰੁਕੇ ਨਾ ਪ੍ਰਾਣਧਾਰਾ

ਮੈਂ ਖੁੰਝਣ ਨੂੰ ਹੀ ਕਿਧਰੇ ਗਿੱਝ ਨਾ ਜਾਵਾਂ
ਸਮੇਂ ਸਿਰ ਸ਼ਬਦ ਜੀ ਕਰਿਓ ਇਸ਼ਾਰਾ

ਸਹਿਰ ਦੀ ਓਸ ਅੱਖਾਂ ਨੂੰ ਮੁਬਾਰਕ
ਨਹੀਂ ਜਾਗੋਗੇ ਤਾਂ ਫਿਰ ਕੀ ਹੈ ਚਾਰਾ

ਕੋਈ ਛਲ ਹੈ ਕਿ ਜਾਂ ਕੋਈ ਕਮੀ ਹੈ
ਮੇਰੀ ਇੱਛਾ ਨੂੰ ਦਿਸਦਾ ਹੈ ਕਿਨਾਰਾ

ਬਣੇ ਨੇਅਮਤ ਨਜ਼ਰ ਦੀ ਜਗਮਗਾਹਟ
ਅਗਨ ਸ਼ਬਦਾਂ ਦੀ ਨੂੰ ਦਿਲ ਦਾ ਹੁਲਾਰਾ

ਕਵੀ ਜੀ ਵਾਕ ਸ਼ਕਤੀ ਤੋਂ ਨਾ ਭੱਜੋ
ਬਣਾਓ ਕਾਵਿ ਨੂੰ ਸਿਰਫ਼ ਲਾਰਾ

ਗ਼ਜ਼ਲ ਵਿੱਚ ਉਹ 'ਦਵਿੰਦਰ' ਕਦ ਮੁੜੇਗਾ
ਲਿਆ ਹੈ ਮੀਰ ਤੋਂ ਜੋ ਕੁਝ ਉਧਾਰਾ

•

❑

ਸ਼ਬਦ ਦੀ ਜੇ ਕੋਈ ਸਬੀਲ ਨਹੀਂ
ਚੁੱਪ ਫਿਰ ਵੀ ਕੋਈ ਦਲੀਲ ਨਹੀਂ

'ਸਮਝ' ਦੀ 'ਸਮਝ' ਅਸਲ ਜਸ਼ਨ ਬਣੇ
ਤੁਰ ਪਓ ਰਾਹ ਕੋਈ ਤਵੀਲ ਨਹੀਂ

ਮੇਰੇ ਮੂੰਹ 'ਤੇ ਸਵਾਲ ਤਦ ਆਏ
ਜਦ ਸਮਾਂ ਭੋਰਾ ਸਹਿਣਸ਼ੀਲ ਨਹੀਂ

ਵਲ਼ਵਲ਼ੇਵੇਂ ਨੇ ਰਿਸ਼ਤਿਆਂ 'ਚ ਬਹੁਤ
ਕੋਈ ਹਾਂ ਹਾਂ 'ਚ ਘੁਲਣਸ਼ੀਲ ਨਹੀਂ

ਸੱਚੇ ਮਾਰਗ ਤੋਂ ਉਸਤਤੀ ਭਾਲੇ
ਇਸ ਕਦਰ ਵੀ ਕੋਈ ਸੁਸ਼ੀਲ ਨਹੀਂ

ਪਿਆਸਿਆਂ ਦਾ ਗ਼ਜ਼ਲ ਵੀ ਕੀ ਸਾਰੇ
ਕੋਲ ਮੇਰੇ ਵੀ ਕੋਈ ਝੀਲ ਨਹੀਂ

ਅੱਜ ਅਸੀਂ ਚੁੱਪ ਦਾ ਸ਼ੋਰ ਸੁਣ ਕੇ ਚੁੱਪ
ਕੋਈ ਨੁਕਤਾ ਨਹੀਂ ਦਲੀਲ ਨਹੀਂ

ਮੁਸਕਰਾਹਟ ਦੀ ਚੋਣ ਬਿਹਤਰ ਪਰ
ਇਹ ਰਵੱਈਆ ਕੋਈ ਦਲੀਲ ਨਹੀਂ

•

❑

ਚੜ੍ਹੀ ਆਰਿਫ਼ਾਨਾ ਗ਼ਜ਼ਲ ਵਿੱਚ ਸਿਆਸਤ
ਹਿਦਾਇਤ ਜ਼ਿਆਦਾ ਬਹੁਤ ਘੱਟ ਹੈ ਫ਼ਿਤਰਤ

ਕਰੋ ਚਿਹਰਿਆਂ ਨੂੰ ਉਦਾਸੇ ਨਿਰਾਸੇ
ਖ਼ੁਸ਼ੀ ਦੀ ਜ਼ਰਾ ਕੋਈ ਲੱਗੇ ਨਾ ਤੁਹਮਤ

ਗ਼ਲਤ ਗੱਲ ਦਾ ਵੀ ਮੈਂ ਆਦਰ ਜੇ ਕਰਦਾਂ
ਬੁਰੀ ਭਗਤਦੀ ਹੈ ਜੋ ਚੰਗੀ ਹੈ ਆਦਤ

ਭਰੋਸਾ ਉਚਾਰੇ ਜਦੋਂ ਸ਼ਬਦ ਪਹਿਲੇ
ਦਿਲਾਸੇ ਦੀ ਪੁਸਤਕ ਦੀ ਵਧਦੀ ਹੈ ਵੁੱਕਤ

ਖ਼ਬਰ ਦਰ ਖ਼ਬਰ ਗਿਰ ਰਹੇ ਸਭ ਅਕੀਦੇ
ਕਿਤੇ ਕੀਮਤਾਂ ਦੀ ਕੋਈ ਵੀ ਨਾ ਕੀਮਤ

ਜੇ ਸੰਗੀਨ ਇਲਜ਼ਾਮ ਖ਼ੁਦ ਹੋਂਦ ਸਭ ਦੀ
ਕਿਵੇਂ ਹੋ ਸਕੇਗੀ ਕਿਸੇ ਦੀ ਵੀ ਇੱਜ਼ਤ

ਬੁਰੇ ਸ਼ਿਅਰ ਵਧ ਚੜ੍ਹ ਕੇ ਆਉਣੇ ਸੁਭਾਵਕ
ਉਹ ਗ਼ਜ਼ਲਾਂ 'ਚ ਢਲ਼ਦੀ ਜੋ ਜੀਵਨ ਦੀ ਹਰਕਤ

'ਦਵਿੰਦਰ' ਲਗਾਤਾਰ ਹੈਰਾਨ ਕਰਨਾ
ਤੇਰੇ ਸ਼ਿਅਰ ਨੂੰ ਕਦ ਪਵੇਗੀ ਇਹ ਆਦਤ

•

❑

ਉਹ ਜਾਵੇ ਕਿਵੇਂ ਮੈਂ ਕਈ ਦਰ ਬਣਾਏ
ਜੋ ਰਹਿ ਰਹਿ ਕੇ ਦਿਲ ਵਿੱਚ ਬੜਾ ਛਟਪਟਾਏ

ਜੋ ਪਰਛਾਵਿਆਂ ਨੂੰ ਅਰਾਧਣ 'ਚ ਰੁੱਝਿਆ
ਉਹ ਚਾਨਣ ਦੇ ਬਾਰੇ ਬਣਾਉਂਦਾ ਹੈ ਰਾਏ

ਨਿਰੰਤਰ ਮੈਂ ਸੋਚਾਂ ਤੇ ਵਿਚਰਾਂ ਸੁਤੰਤਰ
ਇਹ ਗੱਲ ਕਾਸ਼ ਸਭ ਦੇ ਦਿਲੀਂ ਘਰ ਬਣਾਏ

ਮੈਂ ਸ਼ਬਦਾਂ ਦੀ ਮਸਤੀ 'ਚ ਮਸਰੂਫ਼ ਰਹਿਨਾਂ
ਤੁਸੀਂ ਵੀ ਚੁਣੋ ਜੋ ਕਲਾ ਦਿਲ ਨੂੰ ਭਾਏ

ਬਹੁਤ ਦਰਦ ਸਹਿ ਲੈਣ ਦੀ ਯੋਗਤਾ ਵੀ
ਸਦਾ ਸਿਰਜਕਾਂ ਨੂੰ ਨਵੇਂ ਰਾਹ ਵਿਖਾਏ

ਮਿਆਦੀ ਜਿਹਾ ਜੋਸ਼ ਆਦਰ ਵਿਹੂਣਾ
ਮਹਾਂਸੁਪਨਿਆਂ ਤੇ ਕੋਈ ਉਮਰ ਲਾਏ

ਕੁਬੇਰੋ ਕਬੀਰਾਂ ਨੇ ਡਰਨਾ ਨਹੀਂ ਹੈ
ਤੁਹਾਡੇ ਜਿਹੇ ਕਿੰਨੇ ਰਾਹਾਂ 'ਚ ਆਏ

ਭਵਿੱਖ ਦੇ ਸਵਾਗਤ ਲਈ ਤੂੰ 'ਦਵਿੰਦਰ'
ਭਲਾ ਕਿਹੜੇ ਕਿਹੜੇ ਹੁਨਰ ਨੇ ਜਗਾਏ

•

❑

ਰਸ ਬਰਾਬਰ ਹੈ ਰਾਬਤਾ ਕਿੱਥੇ
ਇਹ ਨਿਰੰਤਰ ਮੁਜ਼ਾਹਿਰਾ ਕਿੱਥੇ

ਸਾਰੇ ਰੁੱਖਾਂ ਤੇ ਅਪਣੇ ਅਪਣੇ ਫੁੱਲ
ਇਸਦੇ ਪੱਧਰ ਦਾ ਫ਼ਲਸਫ਼ਾ ਕਿੱਥੇ

ਮੈਂ ਤੇਰੀ ਬਿਹਤਰੀ 'ਚ ਬਿਹਤਰ ਹਾਂ
ਇਹ ਪਵਿੱਤਰ ਪਰੰਪਰਾ ਕਿੱਥੇ

ਝੀਲ 'ਤੇ ਪੰਛੀਆਂ ਦੀ ਮਜਲਿਸ ਹੈ
ਇਸ ਤੋਂ ਬਿਹਤਰ ਮੁਸ਼ਾਇਰਾ ਕਿੱਥੇ

ਕਾਵਿ ਪ੍ਰਕਾਸ਼ ਵਿੱਚ ਜੋ ਤੁਰਦਾ ਹੈ
ਉਸਦਾ ਤੇਵਰ ਨਿਆਸਰਾ ਕਿੱਥੇ

ਭਾਰ ਕੌੜੀ ਹਵਾ ਦਾ ਹੈ ਸਿਰ 'ਤੇ
ਇਸ ਤੋਂ ਉੱਪਰ ਹਿਮਾਲਿਆ ਕਿੱਥੇ

ਪਿਆਸਿਆਂ ਨੂੰ ਨ ਮਿਲ ਰਿਹਾ ਪਾਣੀ
ਕਿੱਥੇ ਈਸ਼ਰ ਤਪੱਸਿਆ ਕਿੱਥੇ

ਰੌਸ਼ਨੀ ਨੂੰ ਬਹਾਲ ਕਰਨਾ ਹੈ
ਸਭ ਦੀ ਸੱਧਰ 'ਚ 'ਜ਼ਾਇਕਾ' ਕਿੱਥੇ

•

❑

ਫ਼ਿਕਰ 'ਚੋਂ ਫ਼ਿਕਰ ਜਦ ਉਜਾਗਰ ਹੈ
ਫੇਰ ਤਾਂ ਸ਼ਬਦ ਸ਼ਬਦ ਮੰਤਰ ਹੈ

ਕਾਵਿ ਹੈ ਯੋਗ ਕਾਵਿ ਹੀ ਹੈ ਧਿਆਨ
ਗਿਆਨ ਧਰਤੀ ਤੇ ਕਾਵਿ ਸਾਗਰ ਹੈ

ਤੋਟ ਅੱਖਾਂ ਨੂੰ ਰੌਸ਼ਨੀ ਦੀ ਨਹੀਂ
ਰੰਗ ਸਮਝਣ ਲਈ ਉਪੱਦਰ ਹੈ

ਤੀਰ ਕੋਈ ਉਡਾਨ ਪਿੱਛੇ ਨਹੀਂ
ਕੁਝ ਹਵਾ ਤੇ ਗਗਨ 'ਚ ਕਮਤਰ ਹੈ

ਜਗਤ ਦਾ ਸ਼ਬਦ ਸ਼ਬਦ ਸੁਣਦਾ ਹਾਂ
ਨਾ ਬਰਾਬਰ ਦੇ ਕੁਝ ਬਰਾਬਰ ਹੈ

ਏਨੀ ਸਿੱਖਿਆ ਹੈ ਗਿਆਨ ਹੈ ਫਿਰ ਵੀ
ਬੰਦਾ ਬੰਦੇ ਦਾ ਕਿਉਂ ਨਿਰਾਦਰ ਹੈ

ਹੁਣ ਤਾਂ ਦੁਨੀਆ ਮੁਸ਼ਾਇਰਾ ਹੋਈ
ਲਾਪਤਾ ਹੈ ਉਹ ਜੋ ਕਿ ਸ਼ਾਇਰ ਹੈ

ਕੀ ਰਵੱਈਆ ਮੈਂ ਇਖ਼ਤਿਆਰ ਕਰਾਂ
ਸ਼ਬਦ ਹੀ ਧਨ ਤੇ ਜਦ ਨਿਛਾਵਰ ਹੈ

•

❑

ਕੋਈ ਖ਼ੁਸ਼ਕਿਸਮਤ ਹੀ ਮਾਣੇ ਹੋਰ ਦੀ ਖ਼ੁਸ਼ਕਿਸਮਤੀ
ਕੀ ਖ਼ਿਆਲਾਂ ਵਿੱਚ ਹੈ ਕਿਧਰੇ ਐਸੀ ਵੀ ਸੱਚੀ ਖ਼ੁਸ਼ੀ

ਥਾਂ ਬਚੀ ਮਨ ਵਿੱਚ ਨ ਕੋਈ ਹੁਣ ਤਾਂ ਫੁੱਲਾਂ ਵਾਸਤੇ
ਮੈਂ ਨਦੀਨਾਂ ਵਾਸਤੇ ਏਨੀ ਵਿਖਾਈ ਖੁੱਲ੍ਹਦਿਲੀ

ਇਹ ਗਗਨ ਜੋ ਦਿਸ ਰਿਹਾ ਹੈ ਸਿਰਫ਼ ਏਨਾ ਹੀ ਨਹੀਂ
ਇੱਕ ਖਿੜਕੀ 'ਚੋਂ ਹੈ ਦਿਸਦੀ ਸਿਰਫ਼ ਖਿੜਕੀ ਦੂਸਰੀ

ਆਮ ਪੰਛੀ ਕੁਝ ਕੁ ਰੁੱਖਾਂ ਤਕ ਉਡਾਰੀ ਭਰ ਸਕਣ
ਕੁਝ ਕੁ ਹੀ ਗੱਲਾਂ ਦੁਆਲ਼ੇ ਸੋਚ ਸਾਡੀ ਘੁੰਮਦੀ

ਆਪੋ ਆਪਣੇ ਕਾਰਨਾਂ ਦੇ ਖ਼ਾਨਿਆਂ ਵਿੱਚ ਕੈਦ ਸਭ
ਦੂਜਿਆਂ ਦੇ ਕਾਰਨਾਂ ਦੀ ਹੋਂਦ ਏਦਾਂ ਮਿਟ ਗਈ

ਬੋਲ ਧਰਤੀ ਦੇ ਜੇ ਸੁਣੀਏ ਤਾਰਿਆਂ ਦੇ ਗੀਤ ਹਨ
ਭੁੱਲ ਕੇ ਮਿੱਟੀ ਗੁਆਇਆ ਹੈ ਅਸੀਂ ਅਸਮਾਨ ਵੀ

ਅੱਤ ਆਸ਼ਾਵਾਦ ਦੀ ਜਾਇਜ਼ ਉਦੋਂ ਕੁਝ ਹੋ ਸਕੇ
ਲਾਜ਼ਮੀ ਹੈ ਕਰਮ ਵੱਲ ਹੋਵੇ ਕਿਸੇ ਦਾ ਧਿਆਨ ਵੀ

ਓਪਰੇ ਵੀ ਅਪਣੇ ਅਪਣੇ ਖ਼ਾਬ ਲੈ ਲੈ ਜੀ ਰਹੇ
ਜ਼ਿੰਦਗੀ ਦਰਅਸਲ ਹੁੰਦੀ ਹੀ ਨ ਕਿਧਰੇ ਓਪਰੀ

•

❑

ਕੀ ਤੁਹਾਡੇ ਰੁਖ਼ ਉਮੀਦੋਂ ਹੋ ਗਏ
ਜਜ਼ਬੇ ਸਭ ਮਿੱਟੀ ਦੇ ਮਾਧੋ ਹੋ ਗਏ

ਇੱਕ ਖ਼ਲਾਅ ਦਾ ਸ਼ੋਰ ਕੋਈ ਘੱਟ ਸੀ
ਮਨ ਰਲ਼ਾਇਆ ਹੈ ਤਾਂ ਇਹ ਦੋ ਹੋ ਗਏ

ਹਾਦਸੇ ਦੀ ਹੱਦ ਹੈ ਸਭ ਲੋਕ ਹੁਣ
ਜੋ ਸਿਆਸਤ ਚਾਹ ਰਹੀ ਸੋ ਹੋ ਗਏ

ਹੁਣ ਦੇ ਪਲ ਬਾਰੇ ਤੁਹਾਡਾ ਕੀ ਖ਼ਿਆਲ
ਇਸ ਸੁਰੰਗੋਂ ਹਾਦਸੇ ਹੋ ਹੋ ਗਏ

ਸ਼ੋਖ਼ ਤਾਂ ਹੈ ਈਨ ਮੰਨਵਾਉਂਦੀ ਕਸ਼ਿਸ਼
ਜਾਲ਼ ਹੇਠਾਂ ਕਿਉਂ ਭਰਾਵੋ ਹੋ ਗਏ

ਫ਼ਰਜ਼ ਵਾਲ਼ੀ ਚੇਤਨਾ ਫ਼ਰਜ਼ੀ ਸੀ ਕੀ
ਲੋਭ ਵੱਲ ਨੂੰ ਹੀ ਅਦੀਬੋ ਹੋ ਗਏ

ਬਿਸ਼ਨਾ ਪਾਗਲ ਹੱਸ ਰਿਹਾ ਜੁਆਲਾਮੁਖੀ
ਸੁੰਨ ਸਰਹੱਦਾਂ 'ਤੇ ਮੰਟੋ ਹੋ ਗਏ

ਹਰ ਅਕੀਦਾ ਕਾਲਖਾਂ ਦੀ ਕੋਠੜੀ
ਹਾਦਸੇ ਗੰਭੀਰ ਸ਼ਬਦੋ ਹੋ ਗਏ

•

❑

ਜੱਗ ਨੂੰ ਰਵਾਇਤਾਂ ਨੂੰ ਤੇ ਭਾਸ਼ਾ ਨੂੰ ਛੇੜਿਆ
ਜਦ ਵੀ ਗ਼ਜ਼ਲ ਕਹੀ ਹੈ ਤਾਂ ਖ਼ਤਰਾ ਸਹੇੜਿਆ

ਰਹਿਬਰ ਦੇ ਭਾਸ਼ਣਾਂ 'ਚ ਹਵਾਈ ਕਿਲ੍ਹੇ ਬਣੇ
ਨੀਅਤ ਤੇ ਨੀਤੀਆਂ ਨੇ ਹੈ ਘਰ ਘਰ ਤਰੇੜਿਆ

ਪੜ੍ਹ ਲਿਖ ਕੇ ਵੀ ਅਸੀਂ ਨਾ ਇਹ ਸਮਝਣ 'ਚ ਕਾਮਯਾਬ
ਕਿਸ ਕਿਸ ਨੇ ਕਿੰਨਾ ਕਿੰਨਾ ਹੈ ਸਾਨੂੰ ਨਿਖੇੜਿਆ

ਸੂਰਜ ਦੀ ਕਾਮਨਾ ਹੈ ਉਹ ਧਰਤੀ ਦੀ ਜਿੰਦ ਜਾਨ
ਜਿਸ ਨੇ ਕਦੇ ਖ਼ਿਆਲ ਨੂੰ ਬੂਹਾ ਨਾ ਭੇੜਿਆ

ਅਗ਼ਵਾ ਖ਼ੁਸ਼ੀ ਜੋ ਹੋਈ ਫ਼ਿਰੌਤੀ ਹੈ ਜ਼ਿੰਦਗੀ
ਨਕਲੀ ਖ਼ੁਸ਼ੀ ਲਈ ਮੈਂ ਵੀ ਕੀ ਕੀ ਸਹੇੜਿਆ

ਮਿੱਟੀ ਨੂੰ ਘਾਹ ਨੂੰ ਰੁੱਤ ਨੂੰ ਸਮਝਣ ਦੀ ਗੱਲ ਕਰੋ
ਬੁੱਤਾਂ ਨੂੰ ਪੁਸਤਕਾਂ ਨੂੰ ਹੈ ਜੇਕਰ ਨਿਬੇੜਿਆ

"ਵਿਸਮਾਦ ਤੋਂ ਪਰੇ ਦੀ ਮੈਂ ਦੁਨੀਆਂ ਬਣਾ ਰਿਹਾਂ"
ਸੁਣ ਕੇ ਉਹ ਮੁਸਕਰਾਈ, ਮੈਂ 'ਉਹ' ਪਲ ਉਚੇੜਿਆ

•

❑

ਸ਼ਬਦ ਵਿੱਚ ਹੀ ਮੇਰਾ ਟਿਕਾਣਾ ਹੈ
ਵਹਿਮ ਤਾਂ ਹੈ ਮਗਰ ਸੁਹਾਣਾ ਹੈ

ਖ਼ਾਬ ਖ਼ੁਸ਼ਬੂ ਦਾ ਧੁਨ ਦਾ ਕਵਿਤਾ ਦਾ
ਖ਼ਾਬ ਇਹ ਕਿਸ ਕਦਰ ਨਿਤਾਣਾ ਹੈ

ਸੱਭਿਅਤਾ ਹੈਸੀਅਤ ਅੰਗੂਠੇ ਦੀ
ਸੋਚ ਹੱਥਾਂ ਦਾ ਤਾਣਾ ਬਾਣਾ ਹੈ

ਚੁਭ ਰਹੇ ਬਾਰੇ ਇਹ ਪਤਾ ਲੱਗਿਆ
ਇਹ ਤਾਂ ਮੈਥੋਂ ਕਿਤੇ ਪੁਰਾਣਾ ਹੈ

ਰੋਜ਼ ਮੈਂ ਤੇਜ਼ ਤੇਜ਼ ਆਸ ਕਰਾਂ
ਅੱਜ ਉਦਾਸੀ ਨੇ ਲੰਘ ਜਾਣਾ ਹੈ

ਪੌਣ ਵਿੱਚ ਜਾਲ਼ ਧੁੱਪ ਵਿੱਚ ਪੰਜੇ
ਚੁੰਞ ਕਿੱਥੇ ਤੇ ਕਿੱਥੇ ਦਾਣਾ ਹੈ

ਸਤਰ ਦਰ ਸਤਰ ਤੈਅ ਕਰੇ ਮੈਨੂੰ
ਜੋ ਹੈ ਧੁਨ ਉਸ ਨੇ ਲੰਘ ਜਾਣਾ ਹੈ

ਫ਼ਿਕਰ ਦਰ ਫ਼ਿਕਰ ਵਸਵਸਾ[1] ਵਸਿਆ
ਇਹ ਜ਼ਮਾਨਾ ਬਹੁਤ 'ਸਿਆਣਾ' ਹੈ

•

---

1. ਮਾਨਸਿਕ ਅਸਥਿਰਤਾ

❑

ਕਹਿਣ ਨੂੰ ਇਹ ਕੋਈ ਵਿਸ਼ਾ ਹੀ ਨਹੀਂ
ਅਪਣੇ ਸਾਹਾਂ ਲਈ ਹਵਾ ਹੀ ਨਹੀਂ

ਕੰਬੇ ਅਕਸਰ ਹਰੇਕ ਦੀ ਮਨਸ਼ਾ
ਤਲਖ਼ੀਆਂ ਨੂੰ ਇਹ ਤੌਖ਼ਲਾ ਹੀ ਨਹੀਂ

ਰਸਤਿਆਂ ਤੋਂ ਹਠੀ ਹਜੂਮ ਗਏ
ਜੋ ਲੰਘਾਉਣਾ ਸੀ ਲੰਘਿਆ ਹੀ ਨਹੀਂ

ਅਰਥ ਭਰਪੂਰ ਅਰਥਹੀਣ ਰਿਹਾ
ਸ਼ਬਦ ਜੋ ਮਨ 'ਚ ਜਾਗਿਆ ਹੀ ਨਹੀਂ

ਵੇਖੇ ਨੂੰ ਵੇਖਣਾ ਸਹੂਲਤ ਹੈ
ਅੱਖ ਨੇ ਆਰਾਮ ਤਿਆਗਿਆ ਹੀ ਨਹੀਂ

ਚੁੱਪ ਤੋਂ ਡੂੰਘੀ ਆਵਾਜ਼ ਸੁਣਨ ਲਈ
ਚੈਨ ਅਪਣਾ ਮੈਂ ਸਾਧਿਆ ਹੀ ਨਹੀਂ

ਮੈਨੂੰ ਉੱਥੋਂ ਬੁਲਾ ਕਿ ਜਿੱਥੋਂ ਮੈਂ
ਕੁਝ ਕਿਸੇ ਨੂੰ ਕਦੇ ਕਿਹਾ ਹੀ ਨਹੀਂ

ਸ਼ਿਅਰ ਦੇ ਜ਼ਾਵੀਏ ਕਈ ਹੁੰਦੇ
ਤੂੰ 'ਦਵਿੰਦਰ' ਇਹ ਸਮਝਿਆ ਹੀ ਨਹੀਂ

•

❑

ਹਾਕਾਂ ਦਾ ਕਿਧਰੇ ਸਵਾਗਤ ਵੀ ਹੋਵੇ
ਕੋਈ ਕਿਸੇ ਨਾਲ਼ ਸਹਿਮਤ ਵੀ ਹੋਵੇ

ਰੌਸ਼ਨ ਦਿਮਾਗ਼ੀ ਅਸਰਦਾਰ ਹੁੰਦੀ
ਅਪਣੀ ਕਿਸੇ ਕੌਲ਼ ਆਦਤ ਵੀ ਹੋਵੇ

ਬਾਗ਼ਾਂ 'ਚ ਰਸ ਨੂੰ ਉਦਾਸੀ ਨਾ ਦੇਵੋ
ਇਹ ਪੰਛੀਆਂ ਦੀ ਜ਼ਰੂਰਤ ਵੀ ਹੋਵੇ

ਤੂਫ਼ਾਨ ਤੈਹਾਂ 'ਚ ਬਿਹਬਲ ਬੜੇ ਨੇ
ਗੱਲਾਂ 'ਚ ਗੱਲਾਂ ਦੀ ਤਾਕਤ ਵੀ ਹੋਵੇ

ਆਉਂਦੇ ਸਮੇਂ ਦਾ ਦਬਾਅ ਹੈ ਜ਼ਿਆਦਾ
ਹੁਣ ਮਿਲਣੀਆਂ ਵਿੱਚ ਮੁਹੱਬਤ ਵੀ ਹੋਵੇ

ਦੁਨੀਆਂ ਮਦਦ ਕਰ ਜ਼ਰਾ ਸ਼ਾਇਰਾਂ ਦੀ
ਗ਼ਜ਼ਲਾਂ 'ਚ ਕੋਈ ਮਸੱਰਤ ਵੀ ਹੋਵੇ

ਵਿਹਲਾ ਮੁਹੱਬਤ ਤੋਂ ਹੋਵਾਂ ਤਾਂ ਸੋਚਾਂ
ਸ਼ਾਇਦ ਕਿਤੇ ਕੋਈ ਜੰਨਤ ਵੀ ਹੋਵੇ

ਨੇਅਮਤ ਸਹਿਰ ਦੀ ਨਾ ਹਰ ਦਿਨ ਨੂੰ ਮਿਲਦੀ
ਪੱਲੇ ਸਮੇਂ ਦੇ ਲਿਆਕਤ ਵੀ ਹੋਵੇ

•

❑

ਇਸ ਤਰ੍ਹਾਂ ਦੇ ਵੀ ਜ਼ਰਾ ਹੋ ਜਾਓ
ਆਪ ਅਪਣੀ ਹੀ ਸਦਾ ਹੋ ਜਾਓ

ਉਲਝਦਾ ਜਾਪ ਰਿਹਾ ਹੈ ਸੂਰਜ
ਜਾਗ ਕੇ ਉਸਦੀ ਦਿਸ਼ਾ ਹੋ ਜਾਓ

ਠੀਕ ਹੈ ਗਾਓ ਲੁਕੇ ਦੀ ਮਹਿਮਾ
ਦਿਸ ਰਹੇ ਦੀ ਵੀ ਸਨਾ[1] ਹੋ ਜਾਓ

ਖ਼ੁਸ਼ਬੂਆਂ ਨਾਲ਼ ਸਰਾਬੋਰ[2] ਹਵਾ
ਆਓ ਭਰਪੂਰ ਫ਼ਜ਼ਾ ਹੋ ਜਾਓ

ਫਿਰ ਮੇਰੀ ਧੁਨ ਕੋਈ ਆਕਾਰ ਲਵੇ
ਮੇਰੀ ਸਰਗਮ ਦਾ ਜੇ 'ਸਾ' ਹੋ ਜਾਓ

ਮੈਂ ਵੀ ਅੰਦਾਜ਼ ਸੁਹਾਣਾ ਚਾਹਾਂ
ਮੇਰੇ ਸ਼ਿਅਰਾਂ ਦੀ ਕਲਾ ਹੋ ਜਾਓ

ਸ਼ਰਤੀਆ, ਸ਼ੌਕ ਗ਼ਲਤ ਲੁਤਫ਼ ਬੁਰਾ
ਵਧਦੇ ਫੁੱਲਦੇ ਜੇ ਅਨਾ[3] ਹੋ ਜਾਓ

ਕਸ਼ਮਕਸ਼ ਮਨ ਤੇ ਬਹੁਤ ਵਾਦਾਂ ਦੀ
ਗੀਤ ਉਲਫ਼ਤ ਦੇ ਜ਼ਰਾ ਹੋ ਜਾਓ

•

---

1. ਵਡਿਆਈ, 2. ਰਚੀ ਮਿਚੀ, 3. ਹਉਮੈ

❑

ਇਵੇਂ ਜੀਵਨ ਨੂੰ ਕੁਝ ਕੁਝ ਜਾਣਿਆ ਹੈ
ਮੈਂ ਖੇਤਾਂ ਵਿੱਚੋਂ ਅੰਬਰ ਵੇਖਿਆ ਹੈ

ਹਵਾ ਵਿੱਚ ਗੂੰਜਦੀ ਹੈ ਧੁਨ ਦੀ ਖ਼ੁਸ਼ਬੂ
ਕਿਤੇ ਕਲੀਆਂ ਨੇ ਨਗ਼ਮਾ ਛੂਹ ਲਿਆ ਹੈ

ਬਲੂਬੈਰੀ ਦੇ ਖੇਤਾਂ ਵਿੱਚ ਹੈ ਰੌਣਕ
ਉਹਨੇ ਅੰਬਰ ਦਾ ਰੰਗ ਅਪਣਾ ਲਿਆ ਹੈ

ਤੁਸੀਂ ਵਾਦਾਂ ਨੂੰ ਰੱਖੋ ਗੋਸ਼ਟੀ ਵਿੱਚ
ਮੈਂ ਕੁਦਰਤ 'ਚੋਂ ਹੀ ਖ਼ੁਦ ਨੂੰ ਜਾਣਿਆ ਹੈ

ਮੇਰੀ ਮਸਤੀ ਦੇ ਫੁੱਲਾਂ ਵਿੱਚ ਹੈ ਜੋਤੀ
ਮੈਂ ਤੇਰੀ ਰੁੱਤ ਦਾ ਮੋਤੀ ਪਾ ਲਿਆ ਹੈ

ਮੈਂ ਇਕ ਬੱਚੇ ਨੂੰ ਪੀਲ੍ਹਾਂ[1] ਬਾਰੇ ਦੱਸਿਆ
ਉਹ ਸੁਣ ਕੇ ਮਿੱਠਾ ਮਿੱਠਾ ਚੌਂਕਿਆ ਹੈ

ਮੈਂ ਤੱਕਿਆ ਤਾਂ ਹੈ ਮਨ ਹਰਿਆਵਲਾ, ਖ਼ੁਸ਼
ਕਿ ਪਿੱਪਲ ਉੱਪਰੋਂ ਹਰੀਅਲ ਉੱਡਿਆ ਹੈ

ਜੇ ਕਿੱਕਰ ਹੀ ਨਹੀਂ ਤਾਂ ਗੂੰਦ ਕਿੱਥੇ
ਅਸੀਂ ਵੀ ਕਿਹੜਾ ਵਰਕਾ ਪਾੜਿਆ ਹੈ

•

---

1. ਵਣ ਦਾ ਫਲ

□

ਜਦ ਭਰੋਸੇ ਉਲਾਰ ਹੁੰਦੇ ਨੇ
ਫਿਰ ਨਾ ਪਾਣੀ ਨਿਤਾਰ ਹੁੰਦੇ ਨੇ

ਮੀਂਹ ਅਤੇ ਬੀਅ ਜਦੋਂ ਨਹੀਂ ਮਿਲਦੇ
ਤਦ ਡਲ਼ੇ ਸੋਗਵਾਰ ਹੁੰਦੇ ਨੇ

ਰੀਝ ਰੁੱਤਾਂ ਤੋਂ ਜਦ ਵੀ ਅੱਕ ਜਾਂਦੀ
ਗੀਤ ਫਿਰ ਸਾਜ਼ਗਾਰ ਹੁੰਦੇ ਨੇ

ਹੋਸ਼ ਵਿੱਚ ਸਲਤਨਤ ਦੁਚਿੱਤੀਆਂ ਦੀ
ਜਜ਼ਬੇ ਇਉਂ ਤਾਰ ਤਾਰ ਹੁੰਦੇ ਨੇ

ਰਾਤ 'ਚੋਂ ਗੁੰਮ ਸੁਹਾਵਣੀ ਝਿਲਮਿਲ
ਕਿਸ ਤੋਂ ਅੰਬਰ ਨਿਖਾਰ ਹੁੰਦੇ ਨੇ

ਵਣਜ ਹੀ ਹੈ ਹਰੇਕ ਮੋਖ ਵਿਧੀ
ਲੋਕ ਸੌਖੇ ਸ਼ਿਕਾਰ ਹੁੰਦੇ ਨੇ

ਪੁਖ਼ਤਗੀ ਮੰਗਦੀ ਫ਼ਰਾਖ਼ਦਿਲੀ
ਦਾਇਰੇ ਕਦ ਵਿਸਾਰ ਹੁੰਦੇ ਨੇ

ਸੰਸਿਆਂ ਵਿੱਚ ਬੜੀ ਭਿਆਲੀ ਹੈ
ਸੌਖਿਆਂ ਇਹ ਨ ਮਾਰ ਹੁੰਦੇ ਨੇ

•

❑

ਸੇਕ ਦਾ ਫ਼ੈਸਲਾ ਫੈਲਦਾ ਹੀ ਗਿਆ
ਨਿੱਘ ਦਾ ਦਾਇਰਾ ਸਿਮਟਦਾ ਹੀ ਗਿਆ

ਰਮਜ਼ ਅੰਬਰ ਤੇ ਧਰਤੀ ਦੀ ਜਾਣੀ ਮੈਂ ਇੱਕ
ਕਾਵਿ ਬਹੁਤ ਭਾਂਤ ਦਾ ਪਣਪਦਾ ਹੀ ਗਿਆ

ਨੂਰ ਮੰਦਰ 'ਚ ਨਤਮਸਤਕਾਂ ਨੂੰ ਨਹੀਂ
ਉੱਜਲੇ ਮੁੱਖਾਂ ਨੂੰ ਮੈਂ ਭਾਲ਼ਦਾ ਹੀ ਗਿਆ

ਜੋ ਹੈ ਗ਼ਾਇਬ ਉਹ ਜੇਤੂ ਦਾ ਜੇਤੂ ਰਿਹਾ
ਜੋ ਮੁਹੱਈਆ ਹੈ ਉਹ ਹਾਰਦਾ ਹੀ ਗਿਆ

ਰੁੱਤ ਦਿਆਵਾਨ ਕਿਧਰੇ ਵੀ ਕੋਈ ਨਹੀਂ
ਹਿੰਮਤਾਂ ਨੂੰ ਮੈਂ ਸਤਿਕਾਰਦਾ ਹੀ ਗਿਆ

"ਵੇਚੋ ਵੇਚੋ ਖ਼ਰੀਦੋ ਖ਼ਰੀਦੋ" ਹੈ ਉਫ਼
ਆਦਮੀ ਭੋਗਦਾ ਭੁਗਤਦਾ ਹੀ ਗਿਆ

ਇੱਕ ਮੁਕੰਮਲ ਗ਼ਜ਼ਲ ਦੀ ਤਮੰਨਾ ਰਹੀ
ਲਫ਼ਜ਼ ਦਰ ਲਫ਼ਜ਼ ਮੈਂ ਬੀਤਦਾ ਹੀ ਗਿਆ

ਲੋਕ ਅਪਣੇ ਰੁਝੇਵੇਂ 'ਚ ਰੁੱਝੇ ਰਹੇ
ਨ੍ਹੇਰ ਨੂੰ ਵਿਹਲ ਸੀ ਪਸਰਦਾ ਹੀ ਗਿਆ
•

□
ਚਿਹਰੇ ਉੱਤੇ ਯਕੀਨ ਵੀ ਆਵੇ
ਕੋਈ ਐਸੀ ਮਸ਼ੀਨ ਵੀ ਆਵੇ

ਸਭ ਨੂੰ ਵੰਡਾਂ ਤਲਿਸਮ ਫ਼ਿਤਰਤ ਦੇ
ਖ਼ਾਬ ਏਨਾ ਹਸੀਨ ਵੀ ਆਵੇ

ਮੈਂ ਵੀ ਅਨੁਲੋਮ ਤੇ ਵਿਲੋਮ ਕਰਾਂ
ਕੁਝ ਹਵਾ ਤੇ ਯਕੀਨ ਵੀ ਆਵੇ

ਹੁਣ ਤਾਂ ਦੌੜਨ ਤੋਂ ਉੜਨ ਲੱਗੇ ਹਾਂ
ਸਾਡੇ ਹਿੱਸੇ ਜ਼ਮੀਨ ਵੀ ਆਵੇ

ਨੂਰ ਦੇ ਕਣ 'ਚੋਂ ਕਾਵਿ ਲੱਭ ਲਿਆ
ਹੋਰ ਹੋ ਹੋ ਮਹੀਨ ਵੀ ਆਵੇ

ਦੁੱਧ ਧੋਤੇ ਦੇ ਬੋਲ ਸ਼ਹਿਦੀਲੇ
ਸਮਝ ਵਿੱਚੋਂ ਮਲੀਨ ਵੀ ਆਵੇ

ਉਸਦੇ ਸ਼ਾਹਕਾਰ ਖ਼ੂਬ ਚਰਚਿਤ ਪਰ
ਕੁਝ ਨਜ਼ਰ ਦੇ ਅਧੀਨ ਵੀ ਆਵੇ

ਚੇਤਨਾ ਵਿੱਚ ਕੰਵਲ ਮੁਹੱਬਤ ਦੇ
ਕੋਈ ਏਧਰ ਸ਼ੁਕੀਨ ਵੀ ਆਵੇ
•

❑

ਸੂਰਜ ਦੀ ਚਿਹਰੇ ਤੇ ਰੰਗਤ ਵੀ ਹੋਵੇ
ਐਨੀ ਬੜੀ ਕੋਈ ਹਸਰਤ ਵੀ ਹੋਵੇ

ਕੁਦਰਤ ਹੀ ਦਰਪਣ ਦੀ ਸਿਰਮੌਰ ਇੱਛਾ
ਅੱਖਾਂ 'ਚ ਨੂਰੀ ਸਦਾਕਤ ਵੀ ਹੋਵੇ

ਮੁਸਕਾਨ ਗੰਭੀਰਤਾ ਦਾ ਹੈ ਖ਼ਾਸਾ
ਗਹਿਰਾਈ ਦੀ ਕੋਲ਼ ਦੌਲਤ ਵੀ ਹੋਵੇ

ਸੰਭਾਵਨਾ ਬਿਹਤਰੀ ਦੀ ਹੈ ਬਹੁਤੀ
ਅਪਣੇ ਮਨਾਂ ਦੀ ਮੁਰੰਮਤ ਵੀ ਹੋਵੇ

ਕੀ ਕਲਪਨਾ ਹੈ ਤੇ ਕੀ ਹੈ ਯਥਾਰਥ
ਜਾਣਨ 'ਚ ਕੋਈ ਤਾਂ ਲੱਜ਼ਤ ਵੀ ਹੋਵੇ

ਪੁਸਤਕ ਸਿਆਣਪ ਦੀ ਸਭ ਕੋਲ ਭਾਰੀ
ਮੁਸ਼ਕਿਲ ਤਾਂ ਇਹ ਹੈ ਕਿ ਫ਼ਿਤਰਤ ਵੀ ਹੋਵੇ

ਬੁਝ ਜਾਣ ਕਿਧਰੇ ਨਾ ਫੁੱਲਾਂ 'ਚ ਸੂਰਜ
ਮੌਸਮ ਤੇ ਮਾਨਵ ਦੀ ਸੁਹਬਤ ਵੀ ਹੋਵੇ

ਬਾਰੀਕ ਫ਼ਨ ਸ਼ਿਅਰ ਦਾ ਹੈ 'ਦਵਿੰਦਰ'
ਹੋਵੇ ਨਜ਼ਾਕਤ ਲਤਾਫ਼ਤ ਵੀ ਹੋਵੇ

•

❑

ਨ ਦੁਆਵਾਂ 'ਚ ਸੰਭਲ਼ਣਾ ਚਾਹਾਂ
ਮੈਂ ਨ ਕਿਰਪਾ ਉਡੀਕਣਾ ਚਾਹਾਂ

ਸ਼ਬਦ ਬੇਲੇ 'ਚ ਮੌਨ ਪਥਰਾਇਆ
ਕੂ ਹੂ ਕੂ ਰਸ ਮੈਂ ਛਿੜਕਣਾ ਚਾਹਾਂ

ਮਸਤ ਮਹਿਕਾਂ ਦੀ ਮਹਿਕ ਗਾਉਂਦੀ ਹੈ
ਤੇਰੇ ਉਪਵਣ 'ਚ ਰੁਮਕਣਾ ਚਾਹਾਂ

ਰਾਗ ਹਰ ਸਾਜ਼ ਤੇ ਸਿਖ਼ਰ 'ਤੇ ਹੈ
ਉਸ ਤੋਂ ਅੱਗੇ ਮੈਂ ਉੱਡਣਾ ਚਾਹਾਂ

ਉਮਰ ਕੁਝ ਬਿੰਦੂਆਂ ਦੀ ਭਟਕਣ ਹੈ
ਮੈਂ ਬ੍ਰਹਿਮੰਡ ਘੁੰਮਣਾ ਚਾਹਾਂ

ਹਾਦਸੇ ਵਕਤ ਬੰਨ੍ਹ ਲੈਂਦੇ ਨੇ
ਪਲ ਨੂੰ ਪਲ 'ਚੋਂ ਮੈਂ ਖੋਲ੍ਹਣਾ ਚਾਹਾਂ

ਮੰਜ਼ਰਾਂ 'ਚੋਂ ਜੋ ਲਹਿਰ ਲੈਅ ਦੀ ਮਿਲੀ
ਖ਼ੁਸ਼ ਤਰੰਗਾਂ ਉਹ ਸੌਂਪਣਾ ਚਾਹਾਂ

ਨਾਜ਼ੁਕੀ ਤੂੰ ਸਮੀਰ ਦੀ ਹੋ ਜਾ
ਓਸ ਤੁਪਕਾ ਹਾਂ ਕੰਬਣਾ ਚਾਹਾਂ

•

❑

ਮੈਂ ਜੀਵਨ ਜਿਸ ਤਰ੍ਹਾਂ ਦਾ ਜੀਵਿਆ ਹੈ
ਉਹ ਮੇਰੀ ਕਾਵਿ ਭਾਸ਼ਾ ਵਿੱਚ ਪਿਆ ਹੈ

ਹਵਾ ਨੂੰ ਛੱਟ ਰਹੇ ਹੱਥ ਕਾਤਿਲਾਂ ਦੇ
ਅਸੀਂ ਸਾਹਾਂ ਨੂੰ ਨੇਅਮਤ ਸਮਝਿਆ ਹੈ

ਜੋ ਲਾਇਆ ਤੌੜਿਆਂ ਵਿੱਚ ਕੌਲ਼ਿਆਂ 'ਤੇ
ਕੁਆਰ ਉਹ ਚੇਤਿਆਂ 'ਚੋਂ ਸੁੱਕਿਆ ਹੈ

ਗ਼ਜ਼ਲ ਨੂੰ ਜ਼ਿੰਦਗੀ ਰੁਸ਼ਨਾਉਣ ਵੀ ਦੇ
ਬਹੁਤ ਮਹਿਬੂਬ ਨੂੰ ਤੂੰ ਰੋ ਲਿਆ ਹੈ

ਉਹਨੂੰ ਤਸਵੀਰ ਪਰਬਤ ਦੀ ਵਿਖਾਓ
ਡਲ਼ੇ ਉੱਤੇ ਜੋ ਖੜ੍ਹ ਕੇ ਫੁੱਲਿਆ ਹੈ

ਗਿਲਾ ਰੁੱਤ ਦੀ ਖ਼ਰਾਬੀ ਦਾ ਭੁਲਾਇਆ
ਮੇਰੀ ਟਹਿਣੀ ਤੇ ਪੰਛੀ ਚਹਿਕਿਆ ਹੈ

ਕਰੋੜਾਂ ਲੋਕ ਮਿਹਨਤ ਕਰ ਰਹੇ ਨੇ
ਅਨੋਖਾ ਕੀ ਹੈ ਜੇ ਕੁਝ ਲਿਖ ਲਿਆ ਹੈ

ਸ਼ਿਕਾਇਤ ਮੈਂ ਸੁਣੀ, 'ਕਿਉਂ ਸ਼ਿਅਰ ਭਾਰੇ'
ਤੁਹਾਡੇ ਸਾਏ ਨੂੰ ਮੈਂ ਤੋਲਿਆ ਹੈ

•

❑

ਕਲਪਨਾ ਦੀ ਹੈ ਸਖੀ ਹੈਰਾਨੀ
ਸ਼ਿਅਰ ਦਰ ਸ਼ਿਅਰ ਸਜੀ ਹੈਰਾਨੀ

ਸਭ ਦਾ 'ਇਤਬਾਰ ਯਕੀਨਨ' ਕੀ ਹੈ
ਅੱਖ 'ਚੋਂ ਉੱਠਦੀ ਨਾ ਹਠੀ ਹੈਰਾਨੀ

ਸਭ ਨੂੰ ਸਭ ਦੀ ਹੀ ਖ਼ਬਰ ਖ਼ੂਬ ਰਹੀ
ਸਿਰਫ਼ ਸ਼ੀਸ਼ੇ 'ਚ ਬਚੀ ਹੈਰਾਨੀ

ਸ਼ਬਦ ਲੀਕਾਂ 'ਤੇ ਫ਼ਿਦਾ ਹੁੰਦੇ ਰਹੇ
ਚੁੱਪ ਨੇ ਅਕਸਰ ਹੀ ਜਪੀ ਹੈਰਾਨੀ

ਸ਼ਬਦ ਸੰਕੇਤ ਧੁਨੀ ਅੰਕ ਤੇ ਦ੍ਰਿਸ਼
ਸਭ ਤੋਂ ਹੀ ਪਾਰ ਪਈ ਹੈਰਾਨੀ

ਵਕਤ ਸਭ ਭਾਵ ਉਡਾਉਂਦਾ ਹੀ ਰਿਹਾ
ਚਿਹਰੇ ਚਿਹਰੇ 'ਤੇ ਹਫੀ ਹੈਰਾਨੀ

ਜਦ ਸਮੁੰਦਰ ਤੋਂ ਵੀ ਲੂਅ ਹੀ ਚੱਲੀ
ਸ਼ਾਂਤ ਸਨ ਸਭ ਨ ਵਗੀ ਹੈਰਾਨੀ

ਸਾਦਗੀ ਸਖ਼ਤ ਚੁਣੌਤੀ ਵੀ ਹੈ
ਮੈਥੋਂ ਭੋਰਾ ਨ ਟਲ਼ੀ ਹੈਰਾਨੀ

•

❑

ਸਭਨੀਂ ਥਾਈਂ ਪਿੱਛੇ ਹਾਂ
ਸੋਚਾਂ ਦੇ ਸ਼ੁਭ ਸਿੱਟੇ ਹਾਂ

ਸ਼ਬਦਾਂ ਦੀ ਤਾਂ ਭੀੜ ਬੜੀ
ਅਰਥਾਂ ਵਿੱਚ ਕਿਉਂ ਛਿੱਦੇ ਹਾਂ

ਕੱਟੀਏ ਕੋਈ ਜਾਲ਼ਾ ਵੀ
ਗੱਲਾਂ ਵਿੱਚ ਤਾਂ ਤਿੱਖੇ ਹਾਂ

ਹਰ ਥਾਂ ਦਿਸਣ ਦੀ ਅੰਨ੍ਹੀ ਹੋੜ
ਆਪਾਂ ਕਿੰਨੇ ਫਿੱਕੇ ਹਾਂ

ਸਵੈ-ਪੜਚੋਲ ਜ਼ਰੂਰੀ ਹੈ
ਕਿਉਂ ਹਾਂ ਉੱਥੇ, ਜਿੱਥੇ ਹਾਂ

ਸੂਰਜ ਕਿੰਞ ਸੁਕਾਵੇਗਾ
ਹਿਰਸ ਦੇ ਨਾਲ਼ ਜੇ ਭਿੱਜੇ ਹਾਂ

ਤਲਖ਼ ਹਕੀਕਤ ਆਖ ਰਹੀ
ਕਿਉਂ ਹਾਂ ਜੇਕਰ ਮਿੱਠੇ ਹਾਂ

ਲਿਖਤ ਨਰੋਈ ਹੋਏ ਕਿਵੇਂ
ਆਪਾਂ ਜੀਣ 'ਚ ਲ਼ਿੱਸੇ ਹਾਂ
•

❑

ਮਨੂ ਦੀ ਸਿਮਰਤੀ ਤਿਰਸ਼ੂਲ ਚੁੱਕੀ ਫਿਰ ਰਹੀ ਹੈ
ਮਹਾਤਮ ਸੱਭਿਅਤਾ ਦਾ ਚੂਰ ਗਰਿਮਾ ਗਿਰ ਰਹੀ ਹੈ

ਹਰਿਕ ਨੂੰ ਆਸ ਸੀ ਸਾਵਣ ਤੋਂ ਤਾਂ ਬਰਸਾਤ ਦੀ ਹੀ
ਮਗਰ ਇਹ ਕੀ ਬਿਭੂਤੀ ਹੀ ਹਵਨ ਦੀ ਕਿਰ ਰਹੀ ਹੈ

ਇਕੱਲੇ ਕੇਸਰੀ ਦੀ ਹੋ ਰਹੀ ਹੈ ਤਾਜਪੋਸ਼ੀ
ਸਹੀ ਹਰ ਰੰਗ ਦੀ ਮਹਿਮਾ ਜੋ ਉਹ ਥਾਂ ਸਿਰ ਰਹੀ ਹੈ

ਹਿਮਾਲੇ 'ਚੋਂ ਨਦੀ ਗੰਗਾ ਇਕੱਲੀ ਹੀ ਨਾ ਨਿਕਲੀ
ਨਦੀ ਹਰ ਇੱਕ ਵਹਾਅ ਅਪਣੇ 'ਚ ਵੀ ਅਸਥਿਰ ਰਹੀ ਹੈ

ਕਰੋੜਾਂ ਦੇਵਤੇ ਨੇ ਜਦ ਤਾਂ ਫਿਰ ਹਰ ਸ਼ੈਅ ਜ਼ਰੂਰੀ
ਸਮੁੱਚਾ ਵਿਸ਼ਵ ਹੈ ਪਰਿਵਾਰ ਨਿਸ਼ਠਾ ਘਿਰ ਰਹੀ ਹੈ

ਜੋ ਜ਼ਿੰਦਾ ਹੈ ਉਹ ਤਾਂ ਹਰ ਹਾਲ ਵਿੱਚ ਮੂਰਤ ਤੋਂ ਵੱਡਾ
ਇਹ ਉੱਚੀ ਮਾਨਤਾ ਅਫ਼ਸੋਸ ਅੱਜ ਕਲ੍ਹ ਗਿਰ ਰਹੀ ਹੈ

ਬਹੁਤ ਮੁਸ਼ਕਿਲ ਹੈ ਉਸ ਜਨਤਾ ਦੇ ਆਦਰ ਦੀ ਬਹਾਲੀ
ਜੋ ਰਵਿਦਾਸਾਂ ਕਬੀਰਾਂ ਤੋਂ ਸਦਾ ਮੁਨਕਿਰ ਰਹੀ ਹੈ

ਭਵਿੱਖ ਵੱਲ ਜਾਣ ਨੂੰ ਬੌਧਿਕ ਵਤੀਰਾ ਹੀ ਸਹਾਈ
ਜੋ ਮਾਰੇ ਦੰਭ ਉਸਦੀ ਲੋੜ ਤਾਂ ਹਾਜ਼ਿਰ ਰਹੀ ਹੈ

•

❑

ਖ਼ੂਬ ਲੋਕਾਂ ਨੂੰ ਜਾਣਕਾਰੀ ਹੈ
ਚੁੱਪ ਉਨ੍ਹਾਂ ਦੀ ਹੋਸ਼ਿਆਰੀ ਹੈ

ਫਿਰ ਤੋਂ ਨੈਣੀਂ ਸਿਕੰਦਰੀ ਹੰਝੂ
ਫਿਰ ਤੋਂ ਸ਼ੀਸ਼ੇ 'ਚ ਜੰਗ ਹਾਰੀ ਹੈ

ਤਾਂਘ ਨੂੰ ਨਿੱਤ ਨਿਵੇਕਲੇ ਫੁਰਨੇ
ਫੁਰਨੇ ਫੁਰਨੇ ਨੂੰ ਤਾਂਘ ਨਿਆਰੀ ਹੈ

ਬਾਰੀਆਂ ਉਸ ਨੇ ਖੋਲ੍ਹੀਆਂ ਹੀ ਨਹੀਂ
ਪੂਰਾ ਅੰਬਰ ਉਦਾਸ ਬਾਰੀ ਹੈ

ਪੁਲ ਹੀ ਪੁਲ ਹਨ ਨਦੀ ਨਹੀਂ ਹੈ ਕਿਤੇ
ਕਹਿੰਦੇ ਨੇ ਹੜ੍ਹ ਲਈ ਤਿਆਰੀ ਹੈ

ਸਾਉਣ ਵੀ ਮੂੰਹ ਚਿੜ੍ਹਾ ਕੇ ਲੰਘ ਗਿਆ
ਕੀ ਰਗਾਂ ਵਿੱਚ ਹੈ ਜੋ ਮਿਆਰੀ ਹੈ

ਸਭ ਖ਼ਿਆਲਾਂ ਨੂੰ ਇੰਤਸ਼ਾਰ[1] ਦਾ ਰੋਗ
ਮੇਰੇ ਸ਼ਿਅਰਾਂ ਨੂੰ 'ਹੁਣ' ਖ਼ੁਮਾਰੀ ਹੈ

ਕਦ ਯਥਾਰਥ 'ਚ ਸੀ ਮਿਠਾਸ ਕੋਈ
ਕਲਪਨਾ ਦੀ ਨਦੀ ਵੀ ਖਾਰੀ ਹੈ

•

---

1. ਬਿੱਖਰਨਾ

❑
ਐਸ਼ ਨ੍ਹੇਰੇ ਨੂੰ ਇੰਤਿਹਾ ਦੀ ਹੈ
ਹੁਣ ਤਾਂ ਜੀ ਧੁੱਪ ਵੀ ਇਸਦੀ ਆਦੀ ਹੈ

ਹੱਕ ਵਤੀਰੇ ਨੂੰ ਹੋਸ਼ ਦਾ ਵੀ ਦਿਓ
ਕੀ ਹੈ ਮਰਜ਼ੀ ਜੇ ਸਭ ਖ਼ੁਦਾ ਦੀ ਹੈ

ਸਭ ਮਿਲੇਗਾ ਤੁਸੀਂ ਕਿਹਾ ਤਾਂ ਸੀ
ਮੇਰਾ ਮੰਨਣਾ ਸਜ਼ਾ ਬਲਾ ਦੀ ਹੈ

ਹੋਵੇ ਪਰਬਤ ਤਾਂ ਰਾਹ ਵੀ ਕੱਢ ਲਈਏ
ਸਾਹਮਣੇ ਕੰਧ ਪਰ ਹਵਾ ਦੀ ਹੈ

ਧੁੰਦ ਮਨ ਮੰਚ ਦੀ ਪਰੇਸ਼ਾਨੀ
ਇੱਛਾ ਪੁਰਨੂਰ ਹੈ ਜੇ ਸਾਦੀ ਹੈ

ਉਸਨੂੰ ਸੱਚਮੁਚ ਖ਼ਿਆਲ ਹੈ ਮੇਰਾ
ਖ਼ਾਸੀਅਤ ਇਹ ਮੇਰੇ ਭਰਾ ਦੀ ਹੈ

ਖ਼ੈਰ ਦੁਨੀਆਂ ਦੀ ਅੱਜ ਹੈ ਖ਼ੌਫ਼ ਤਹਿਤ
ਅੰਤ ਦੀ ਹਰ ਤਰਫ਼ ਮੁਨਾਦੀ ਹੈ

ਕਹਿੰਦੇ ਭਜਨਾਂ ਤੋਂ ਕਾਵਿ ਹੈ ਉੱਚਾ
ਇਹ 'ਦਵਿੰਦਰ' ਨਿਰਾ ਫ਼ਸਾਦੀ ਹੈ
•

❑

ਸਭ ਥਾਂ 'ਤੇ ਸਭ ਦੀ ਹਿਫ਼ਾਜ਼ਤ ਵੀ ਹੋਵੇ
ਧਰਮਾਂ ਤੋਂ ਏਨੀ ਰਿਆਇਤ ਵੀ ਹੋਵੇ

ਹਾਕਮ ਧਿਰਾਂ ਤੋਂ ਨ ਕੁਝ ਸਰ ਸਕੇਗਾ
ਬੰਦਾ ਹੀ ਬੰਦੇ ਦੀ ਇੱਜ਼ਤ ਵੀ ਹੋਵੇ

ਸਾਡੀ ਤਾਂ ਚੁੱਪ ਵੀ ਨਿਰਾ ਝੂਠ ਹੀ ਹੈ
ਬਦਲਣ ਨੂੰ ਕੋਈ ਸਹੂਲਤ ਵੀ ਹੋਵੇ

ਸਦੀਆਂ ਦੇ ਰੋਗਾਂ ਤੋਂ ਮੁਕਤੀ ਵੀ ਪਾਵੋ
ਲੀਕਾਂ ਤੋਂ ਕੁਝ ਤਾਂ ਬਗ਼ਾਵਤ ਵੀ ਹੋਵੇ

ਹਰ ਥਾਂ ਹੀ ਮਜਬੂਰ ਥਾਂ ਬਣ ਰਹੀ ਹੈ
ਹਿੰਮਤ ਕਿਤੇ ਤਾਂ ਸਥਾਪਤ ਵੀ ਹੋਵੇ

ਸਾਡੇ ਖ਼ਿਆਲਾਂ 'ਚੋਂ ਜੀਵਨ ਹੈ ਗ਼ਾਇਬ
ਏਧਰ ਨੂੰ ਭੋਰਾ ਤਬੀਅਤ ਵੀ ਹੋਵੇ

ਗ਼ਜ਼ਲਾਂ ਤਗ਼ੱਜ਼ਲ ਤੋਂ ਖ਼ਾਰਜ ਨੇ ਅੱਜਕਲ੍ਹ
ਮਾਹੌਲ ਤੋਂ ਕੁਝ ਇਜਾਜ਼ਤ ਵੀ ਹੋਵੇ

ਜਜ਼ਬਾਤ ਪਾਕੀਜ਼ਗੀ ਤੋਂ ਥੁੜ੍ਹੇ ਹਨ
ਕੁਝ ਕੰਮ ਇਸਦੀ ਬਦੌਲਤ ਵੀ ਹੋਵੇ

•

❑

ਹਮੇਸ਼ਾ ਵਾਂਗ ਉਵੇਂ ਦਿਨ ਗੁਜ਼ਰਿਆ ਹੈ
ਹੈ ਆਦਤ ਸਬਰ ਫਿਰ ਤੋਂ ਕਰ ਲਿਆ ਹੈ

ਕਹੋ ਸੂਰਜ ਨੂੰ ਜੇਕਰ ਕਹਿ ਸਕੋ ਤਾਂ
ਕਿ ਜਿਸ ਨੇ ਚਮੜੀਆਂ ਨੂੰ ਰੰਗਿਆ ਹੈ

ਖ਼ਫ਼ਾ ਹੋ ਜਾਣ ਦੀ ਹੈ ਖੇਡ ਸਾਰੀ
ਕਦੇ ਦੁਨੀਆਂ ਕਦੇ ਦਿਲ ਹਾਰਿਆ ਹੈ

ਵਿਮਾਵਾਂ ਵਿੱਚ ਨਹੀਂ ਆਉਂਦੀ ਮੁਹੱਬਤ
ਜ਼ਮਾਨਾ ਨੁਕਤਿਆਂ ਤੇ ਸਿਮਟਿਆ ਹੈ

ਰਸਾਂ, ਭਾਵਾਂ ਅਤੇ ਬਿੰਬਾਂ ਦਾ ਜੋਗੀ
ਮੈਂ ਕਵਿਤਾ ਨਾਲ਼ ਜੀਵਨ ਸਾਧਿਆ ਹੈ

ਤੁਸੀਂ ਖ਼ੁਸ਼ਹਾਲ ਹੋਏ ਹੋ ਮੁਬਾਰਕ
ਬੜੇ ਜੰਗਲ ਦਾ ਕੀ ਜੋ ਖੋ ਗਿਆ ਹੈ

'ਨਹੀਂ ਹੁਣ ਬੋਲਦਾ ਕੋਈ ਅਖੌਤਾਂ'
ਇਹ ਇੱਕ 'ਅਨਪੜ੍ਹ' ਨੇ ਮੈਨੂੰ ਆਖਿਆ ਹੈ

ਕਿਵੇਂ ਹੰਕਾਰ ਜਾਇਜ਼ ਹੈ 'ਦਵਿੰਦਰ'
ਤੇਰਾ ਹੁਣ ਔਹ ਗਿਆ ਅੱਜ ਔਹ ਗਿਆ ਹੈ

•

❑

ਆਸ ਇਮਦਾਦ 'ਤੇ ਟਿਕਾ ਬੈਠੇ
ਸੁਰਤ ਉਨਮਾਦ 'ਤੇ ਟਿਕਾ ਬੈਠੇ

ਕੀ ਅਸੀਂ ਹਾਂ ਕਿ ਸੱਚ ਸਭ ਸਾਡੇ
ਹੋਂਦ ਫ਼ਰਿਆਦ 'ਤੇ ਟਿਕਾ ਬੈਠੇ

ਛੁੱਟ ਗਏ ਤੀਰ ਸਾਡੇ ਵੱਲ ਤੇ ਅਸੀਂ
ਆਸ ਸੰਵਾਦ 'ਤੇ ਟਿਕਾ ਬੈਠੇ

ਸਖ਼ਤ ਹਰ ਮਰਹਲਾ ਇਮਾਰਤ ਦਾ
ਸਹਿਮ ਬੁਨਿਆਦ 'ਤੇ ਟਿਕਾ ਬੈਠੇ

ਝੂਠੇ ਮੁਨਸਿਫ਼ ਦੇ ਹੋਏ ਭੋਲ਼ੇ ਸ਼ਿਕਾਰ
ਅੱਖ ਜੱਲਾਦ 'ਤੇ ਟਿਕਾ ਬੈਠੇ

ਕੈਫ਼ੀਅਤ ਇਸ ਤੋਂ ਵਧ ਕੇ ਹੋ ਨ ਸਕੀ
ਹਰ ਖ਼ੁਸ਼ੀ ਯਾਦ 'ਤੇ ਟਿਕਾ ਬੈਠੇ

ਖ਼ੈਰੀਅਤ ਇਸ ਤੋਂ ਵਧ ਕੇ ਹੋ ਨ ਸਕੀ
ਗ਼ਮ ਨੂੰ ਵਿਸਮਾਦ 'ਤੇ ਟਿਕਾ ਬੈਠੇ

ਅਪਣੀ ਭਾਸ਼ਾ 'ਚ ਦਫ਼ਨ ਵਾਂਗ ਨੇ ਜੋ
ਆਸ ਅਨੁਵਾਦ 'ਤੇ ਟਿਕਾ ਬੈਠੇ

ਅੱਜ ਅਦੀਬਾਂ ਦੀ ਜ਼ਹਿਨੀਅਤ ਹੈ, ਉਹ ਆਸ
ਸਿਰਫ਼ ਨੱਕਾਦ 'ਤੇ ਟਿਕਾ ਬੈਠੇ

•

❑

ਅੱਖ ਅੱਖ ਵਿੱਚ ਸੂਰਜ ਪਰਤੱਖ
ਅੱਖ ਅੱਖ ਫਿਰ ਵੀ ਵੱਖੋ ਵੱਖ

ਪੂਰੇ ਨੂੰ ਪੂਰਾ ਨਾ ਜਾਣ
ਧਿਆਨ ਨੂੰ ਧਿਆਨ ਦੇ ਪਾਸੇ ਰੱਖ

ਨੂਰ 'ਚ ਖਿੜਦੇ ਲੱਖਾਂ ਫੁੱਲ
ਮਹਿਕ 'ਚ ਉੱਡਦੇ ਤਾਰੇ ਲੱਖ

ਪੌਣ ਸੁਗੰਧਾਂ ਦੀ ਹੈ ਤਾਨ
ਮੰਜ਼ਰ ਦੀ ਰੂਹ ਹੁੰਦੀ ਅੱਖ

ਖੰਭਾਂ ਵਿਚਲੇ ਸਾਰੇ ਰੰਗ
ਪੌਣ ਦਾ ਹੀ ਤਾਂ ਰੌਸ਼ਨ ਪੱਖ

ਪਲ ਪਲ ਵਿੱਚ ਨੇ ਹਾੜ੍ਹ ਤੇ ਸਾਉਣ
ਪਲ ਦਾ ਆਦਰ ਸਾਂਭ ਕੇ ਰੱਖ

ਸਮਝ ਲਵੇ ਜੋ ਤਰਸ ਨੂੰ ਪਿਆਰ
ਉਸਦੇ ਮਨ ਦੀ ਬੰਦ ਹੈ ਅੱਖ

ਹਰ ਇੱਕ ਧੁਨ ਦਾ ਅਪਣਾ ਮੌਨ
ਹਰ ਗ਼ਾਇਬ ਦੀ ਅਪਣੀ ਦੱਖ

•

❑

ਮੈਂ ਕਹਿ ਤਾਂ ਰਿਹਾਂ ਕਿ ਉਹ ਪੂਰੀ ਗ਼ਜ਼ਲ ਹੈ
ਮੇਰੇ ਕਹਿਣ ਵਿੱਚ ਫਿਰ ਵੀ ਕਾਫ਼ੀ ਖ਼ਲਲ ਹੈ

ਹਰਿਕ ਕਲਪਨਾ ਨੂੰ ਉਹ ਆਕਾਰ ਦੇਵੇ
ਉਹਦਾ ਵੇਖਣਾ ਵੀ ਕਲਾ ਹੈ ਸਫ਼ਲ ਹੈ

ਮੇਰੇ ਮਨ 'ਚ ਉਹ ਹੈ ਤਾਂ ਮਹਿਕਾਂ ਹੀ ਮਹਿਕਾਂ
ਕਿਸੇ ਦਾ ਵੀ ਕੋਈ ਨਾ ਦੂਜਾ ਬਦਲ ਹੈ

ਨ ਸੁਪਨਾ ਹੀ ਜਿਸ ਵਿੱਚ ਉਹਦੀ ਅੱਖ ਦਾ ਜਾਗੇ
ਅਜੇ ਤਾਂ ਫਿਰ ਉਹ ਝੀਲ ਬੇਹੋਸ਼ ਜਲ ਹੈ

ਹੈ ਜੀਵਨ 'ਚ ਜੀਵਨ ਤਰੰਗਾਂ ਦੀ ਲੈਅ ਉਹ
ਪਰੇ ਉਸ ਤੋਂ ਹੋ ਕੇ ਤਾਂ ਜੀਣਾ ਹੀ ਛਲ ਹੈ

ਤਲਿਸਮੀ ਹਵਾ ਹੈ ਉਹ ਇਤਰਾਂ ਦੀ ਵਰਖਾ
ਕਸ਼ੀਦੋ ਜੇ ਸਦੀਆਂ ਸੁਹਾਣਾ ਉਹ ਪਲ ਹੈ

ਉਹ ਖ਼ੁਸ਼ਬੂ ਖ਼ੁਮਾਰੀ ਖ਼ੁਸ਼ੀ ਉਹ ਖ਼ੁਦਾਈ
ਕਰਿਸ਼ਮਾ ਹੈ ਫਿਰ ਵੀ ਸਰਲ ਦੀ ਸਰਲ ਹੈ

ਉਸ ਉੱਤੇ ਮੇਰੇ ਸ਼ਿਅਰ ਢੁੱਕਦੇ ਨ ਪੂਰੇ
ਅਲੰਕਾਰ ਉਪਮਾ ਕਲਾ ਸਭ ਵਿਫਲ ਹੈ

•

❑

ਜੋ ਨਹੀਂ ਹਾਂ ਉਹੀ ਜ਼ਿਆਦਾ ਹਾਂ
ਕਿਹੜੀ ਤਾਕਤ ਦਾ ਮੈਂ ਇਰਾਦਾ ਹਾਂ

ਰੇਤ ਪਸਰੇ ਪਈ ਚਰਾਂਦਾਂ ਵਿੱਚ
ਇਸ ਲਈ ਮੈਂ ਨ ਰੁਖ਼ ਹਵਾ ਦਾ ਹਾਂ

ਸਭ ਨੂੰ ਮੈਂ ਵਾਕ ਵਾਕ ਤੰਗ ਕਰਾਂ
ਫ਼ਿਕਰ ਮੈਂ ਮਰ ਰਹੀ ਸਦਾ ਦਾ ਹਾਂ

ਦੋਵਾਂ ਅੰਦਰ ਹੈ ਖਾਈ ਉਲਝਣ ਦੀ
ਮੈਂ ਵੀ ਤੇਰੇ ਜਿਹਾ ਹਾਂ "ਸਾਦਾ" ਹਾਂ

ਸ਼ਾਮ ਦੀ ਹਾਕ ਤਾਂ ਪਵੇ ਸਭ ਨੂੰ
ਭਾਵੇਂ ਮੈਂ ਹੋਰ ਹੀ ਦਿਸ਼ਾ ਦਾ ਹਾਂ

ਤੇਰੇ ਅੰਦਾਜ਼ ਵਿੱਚ ਖ਼ੁਦਾਈ ਸਹੀ
ਮੈਂ ਵੀ ਤਾਂ ਅਪਣੀ ਹੀ ਅਦਾ ਦਾ ਹਾਂ

ਵੇਖ ਮੇਰੀ ਅਵਾਜ਼ ਦੇ ਓਹਲੇ
ਜ਼ਬਤ ਮੈਂ ਭੁੱਲ ਰਹੀ ਕਲਾ ਦਾ ਹਾਂ

ਖ਼ਾਨਿਆਂ ਵਿੱਚ ਬੁਲਾਉਂਦੇ ਜ਼ਾਇਰ[1] ਖ਼ੁਸ਼
ਪਰ ਮੈਂ ਪਾਂਧੀ ਅਲੱਗ ਵਿਮਾ[2] ਦਾ ਹਾਂ

•

---

1. ਤੀਰਥ ਯਾਤਰੀ, 2. Dimension

❑

ਉਹ ਹਰ ਉਦਾਸ ਜਿਹੀ ਧੁਨ 'ਚ ਖ਼ੁਸ਼ ਚਰਾਗ਼ ਧਰੇ
ਹਰੇ ਨੂੰ ਹੋਰ ਹਰਾ ਲਾਲ ਹੋਰ ਲਾਲ ਕਰੇ

ਮੈਂ ਮਰਨ ਵੇਲੇ ਲਈ ਇੱਕ ਖ਼ੁਸ਼ੀ ਜੋ ਚਾਹੀ ਹੈ
ਮੇਰੀ ਹਰੇਕ ਹੀ ਰੁੱਤ ਨੂੰ ਉਹ ਉਸ ਤਰ੍ਹਾਂ ਦੀ ਕਰੇ

ਮੈਂ ਸ਼ਬਦ ਸ਼ਬਦ ਨੂੰ ਭਾਲਣ ਨੂੰ ਜ਼ਿੰਦਗੀ ਸਮਝਾਂ
ਉਹਦੀ ਆਵਾਜ਼ ਹਰ ਇੱਕ ਪਲ ਨੂੰ ਗੀਤ ਗੀਤ ਕਰੇ

ਮੈਂ ਮੰਨਿਆ ਹੈ ਕਿ ਪਰਦਾ ਹੀ ਹੈ ਹਰ ਇੱਕ ਤਸਵੀਰ
ਮੇਰੇ 'ਚੋਂ ਵੇਖ ਕੇ ਉਸਨੇ ਕਰਿਸ਼ਮੇ ਖ਼ੂਬ ਕਰੇ

ਹੈ ਬੰਸਰੀ 'ਚ ਜੋ ਰਸ ਪੌਣ 'ਚੋਂ ਉਹ ਸਿੰਮਦਾ ਹੈ
ਜਦੋਂ ਦਿਖਾਈ ਪਏ ਤੋਂ ਇਸ਼ਾਰੇ ਉਸਨੇ ਕਰੇ

ਹਰ ਇੱਕ 'ਨਹੀਂ' ਨੇ ਉਹਦੀ 'ਹਾਂ' ਤੋਂ ਹਾਰ ਮੰਨ ਲਈ
ਕਣਾਂ 'ਚ ਮੈਂ ਹਾਂ ਤੇ ਮੈਂ ਹੀ ਹਾਂ ਤਾਰਿਆਂ ਤੋਂ ਪਰੇ

ਹੈ ਤੈਅ ਅਜ਼ਾਦ ਬਦਨ 'ਚੋਂ ਹਰੇਕ ਤੱਤ ਹੋਣਾ
ਤਰੰਗ ਤੇਰੀ ਮੇਰੀ ਇੱਕ ਹੈ, ਇੱਕ ਨ ਇੱਕ ਤੋਂ ਪਰੇ

ਇਹ ਉਸਦਾ ਖ਼ਾਬ 'ਦਵਿੰਦਰ' ਕਿ ਆਪ ਹੈ ਸੂਰਜ
ਤੁਰੇ ਉਹ ਨਾਲ਼ ਤਾਂ ਦੁਨੀਆਂ ਨੂੰ ਨੂਰੋ ਨੂਰ ਕਰੇ

•

❑

ਤੇਹਾਂ ਦੇ ਖ਼ਾਬਾਂ 'ਚ ਸ਼ਰਬਤ ਵੀ ਹੋਵੇ
ਲੂਆਂ 'ਚ ਮੀਂਹ ਦੀ ਇਬਾਰਤ ਵੀ ਹੋਵੇ

ਮੌਸਮ ਦਾ ਮਤਲਬ ਹੀ ਤਬਦੀਲ ਹੋਣਾ
'ਹੁਣ' ਵਾਲ਼ੇ ਲਮਹੇ 'ਚ ਹਰਕਤ ਵੀ ਹੋਵੇ

ਹੁੰਦੀ ਕਹਾਣੀ ਕੋਈ ਵੀ ਨ ਪੂਰੀ
ਬਿਰਤਾਂਤ ਮਗਰੋਂ ਸਥਾਪਤ ਵੀ ਹੋਵੇ

ਫੁਲਵਾੜੀਆਂ ਦੇ ਇਰਾਦੇ ਨੇ ਸਾਦੇ
ਖ਼ੁਸ਼ਬੂ ਤੇ 'ਵੇਖਣ' ਦੀ ਸੰਗਤ ਵੀ ਹੋਵੇ

ਖ਼ੁਦ ਸਾਦਗੀ ਹੈ ਅਲੰਕਾਰ ਉੱਤਮ
ਅੰਦਰ ਹੀ ਬਾਹਰ ਦੀ ਕੀਮਤ ਵੀ ਹੋਵੇ

ਜੰਗਲ ਉਖਾੜੋ ਤੇ ਰੌਣਕ ਵਧਾਵੋ
ਆਰੇ ਨੂੰ ਸਾਹਾਂ ਦੀ ਲਾਗਤ ਵੀ ਹੋਵੇ

ਹੰਕਾਰ ਜੋਗੀ ਗ਼ਜ਼ਲ ਹੈ ਸੁਖਾਲ਼ੀ
ਉਸ ਤੋਂ ਪਰੇ ਕੋਈ ਹਸਰਤ ਵੀ ਹੋਵੇ

ਰੇਤੇ ਦਾ ਟਿੱਲਾ ਹਵਾ ਮੂਹਰੇ ਤੁਰਦਾ
ਐਸੀ ਹਵਾ ਮੂਹਰੇ ਪਰਬਤ ਵੀ ਹੋਵੇ

•

❑

ਕੀ ਦੁਆਵਾਂ ਨੇ ਹਾਰਿਆ ਹੀ ਨਹੀਂ
ਹਾਲੇ ਲੋਕਾਂ ਨੇ ਸਮਝਿਆ ਹੀ ਨਹੀਂ

ਬੱਚਿਆਂ ਦੇ ਖਿਡੌਣੇ ਜਿਊਂਦੇ ਨੇ
ਅੰਤ ਨੇ ਕੁਝ ਵੀ ਜਾਣਿਆ ਹੀ ਨਹੀਂ

ਅੱਖ 'ਚ ਰੱਖੇ ਨੇ ਰਾਖਵੇਂ ਮੰਜ਼ਰ
ਮੈਂ ਕਬੀਲੇ ਤੋਂ ਉੱਭਰਿਆ ਹੀ ਨਹੀਂ

ਖ਼ੁਦਕੁਸ਼ੀ ਦਾ ਬਦਲ ਵੀ ਲੱਭ ਜਾਂਦਾ
ਕਾਵਿ ਮੰਚਾਂ ਤੋਂ ਉੱਤਰਿਆ ਹੀ ਨਹੀਂ

ਨੀਲ ਗਾਵਾਂ ਦਾ ਏਨਾ ਡਰ ਹੈ ਬੁਰਾ
ਖੇਤ ਅਪਣਾ ਜੇ ਬੀਜਿਆ ਹੀ ਨਹੀਂ

ਸਭ ਘਰਾਂ ਵਿੱਚ ਹੀ ਸੱਭਿਅਤਾ ਹੁੰਦੀ
ਤਾਜਦਾਰਾਂ ਨੇ ਸੋਚਿਆ ਹੀ ਨਹੀਂ

ਮੱਥਾ ਟੇਕਣ ਦੀ ਖ਼ੂਬ ਵਰਜ਼ਿਸ਼ ਹੈ
ਚੇਤਨਾ ਨੂੰ ਹਲੂਣਿਆ ਹੀ ਨਹੀਂ

'ਤਾਓ ਤੇ ਚਿੰਙ'[1] ਪੜ੍ਹਾਂ ਤੇ 'ਜਾਣ' ਰਿਹਾਂ
'ਜਾਣਿਆ ਜੋ' ਉਹ 'ਜਾਣਿਆ ਹੀ ਨਹੀਂ

•

---

1. ਚੀਨੀ ਦਰਸ਼ਨ ਤਾਓਵਾਦ ਦੀ ਪੁਸਤਕ

□

ਵਕਤ ਅਕਸਰ ਬਲਾ ਜਿਹਾ ਰਹਿੰਦੈ
ਜ਼ਿੰਦਗੀ ਦਾ ਪਤਾ ਜਿਹਾ ਰਹਿੰਦੈ

ਰਾਤ ਨੂੰ ਦਿਨ ਦਾ ਰੂਪ ਧਾਰ ਸਕਾਂ
ਬੰਦ ਹਾਂ, ਫ਼ਾਸਲਾ ਜਿਹਾ ਰਹਿੰਦੈ

ਮੈਂ 'ਚ ਮੈਂ ਤੂੰ 'ਚ ਤੂੰ ਉਵੇਂ ਦੇ ਉਵੇਂ
ਪਿਆਰ ਵਿੱਚ ਕੀ ਖ਼ੁਦਾ ਜਿਹਾ ਰਹਿੰਦੈ

ਹਾਂ ਮਿਲੋ ਆਓ ਜੀ ਜ਼ਰੂਰ ਮਿਲੋ
ਮਿਲ ਕੇ ਆਖੋ ਗਿਲਾ ਜਿਹਾ ਰਹਿੰਦੈ

'ਸ਼ਿਅਰ ਖ਼ਾਲੀ ਨੇ' ਇਹ ਕਿਹਾ ਸਭ ਨੇ
ਕੀ ਤਸੱਵੁਰ ਖ਼ਲਾ ਜਿਹਾ ਰਹਿੰਦੈ

ਮੇਰੇ ਸਭ ਦੋਸਤ ਸ਼ਾਂਤ ਰਹਿੰਦੇ ਨੇ
ਦਿਲ ਮੇਰਾ ਸਹਿਮਿਆ ਜਿਹਾ ਰਹਿੰਦੈ

'ਲਾਲ ਸਿੰਘ ਦਿਲ' ਦੀ 'ਦਾਸਤਾਨ' ਪੜ੍ਹਾਂ
ਦਿਲ 'ਚ ਨਾ ਟਿਕਟਿਕਾ ਜਿਹਾ ਰਹਿੰਦੈ

ਉਂਞ 'ਦਵਿੰਦਰ' ਉਦਾਸ ਸ਼ਖ਼ਸ ਨਹੀਂ
ਪਰ ਉਹ ਕੁਝ ਸੋਚਦਾ ਜਿਹਾ ਰਹਿੰਦੈ

•

□

ਇਹ ਕੇਵਲ ਤਾਸ਼ ਹੈ ਉਹ ਭੁੱਲਿਆ ਹੈ
ਕਿ ਰਾਜਾ ਹੁਕਮ ਦਾ ਹੱਥ ਆ ਗਿਆ ਹੈ

ਹਰਿਕ ਥਾਂ ਭੀੜ ਹੁੰਦੀ ਖ਼ੁਦ ਤੋਂ ਮੁਨਕਿਰ
ਜ਼ਮੀਨੀ ਸੱਚ ਤੇ ਪਰਦਾ ਪਿਆ ਹੈ

ਹਕੀਕਤ ਦਾ ਹੈ ਡਰ ਏਨਾ ਕਿ ਦਰਿਆ
ਖ਼ੁਦ ਅਪਣੀ ਢਾਲ਼ ਉੱਤੇ ਭੜਕਿਆ ਹੈ

ਅਜੇ ਮੈਂ ਹਸਰਤਾਂ ਸੁਰ ਕਰ ਰਿਹਾ ਹਾਂ
ਜ਼ਮਾਨਾ ਛਾਪ ਅਪਣੀ ਛੱਡ ਗਿਆ ਹੈ

ਮੈਂ ਸੂਖ਼ਮਤਾ ਦੇ ਰਾਹ ਵੱਲ ਝਾਤ ਮਾਰੀ
ਕਿ ਅੰਬਰ ਦਾ ਚਰਿੱਤਰ ਬਦਲਿਆ ਹੈ

ਮਨਾਂ ਉੱਤੇ ਮਨਾਂ ਦਾ ਹੈ ਤਵਾਜ਼ਨ
ਲਹੂ 'ਚੋਂ ਕਿਉਂ ਸਮੁੰਦਰ ਚੀਕਿਆ ਹੈ

ਯਥਾਰਥ ਰਿਸ ਰਿਹਾ ਹੈ ਸੁਪਨਿਆਂ 'ਚੋਂ
ਹਮੇਸ਼ਾ ਤੋਂ ਇਹ 'ਹੁਣ ਦਾ' ਵਾਕਿਆ ਹੈ

ਨਹੀਂ ਮੈਂ ਮੰਨਣਾ ਤੈਨੂੰ ਵੀ ਮੁੱਲਾ
ਗ਼ਲਤ ਮੈਨੂੰ ਤੂੰ ਕਾਜ਼ੀ ਆਖਿਆ ਹੈ

•

❑

ਲੋਭ ਮਸਰੂਫ਼ ਬੜੇ ਹੋਏ ਨੇ
ਤਾਂ ਹੀ ਮਾਹੌਲ ਤਪੇ ਹੋਏ ਨੇ

ਲੂਣ ਸਾਗਰ 'ਚ ਵਧੀ ਜਾਂਦਾ ਹੈ
ਪਾਣੀ ਅੱਖਾਂ 'ਚ ਥੁੜ੍ਹੇ ਹੋਏ ਨੇ

ਕੋਈ ਆਵਾਜ਼ ਤਰੋਤਾਜ਼ਾ ਕਰੇ
ਸਾਰੇ ਅੰਦਾਜ਼ ਹਫੇ ਹੋਏ ਨੇ

ਸ਼ਬਦ 'ਚੋਂ ਅਰਥ ਜ਼ਿਆਦਾ ਚਾਹਾਂ
ਨੂਰ ਵਿੱਚ ਰੰਗ ਲੁਕੇ ਹੋਏ ਨੇ

ਰੰਗ ਆਥਣ ਦੇ ਗਗਨ ਵਿੱਚ ਗਾਉਂਦੇ
ਕਿਉਂ ਤੇਰੇ ਬੋਲ ਬੁਝੇ ਹੋਏ ਨੇ

ਉਹ ਭਲੀਭਾਂਤ ਪਛਾਣਨ ਮੈਨੂੰ
ਫਿਰ ਵੀ ਭੈਭੀਤ ਜਿਹੇ ਹੋਏ ਨੇ

ਦਰਦ ਮੁਸਕਾਨ ਤੋਂ ਹੋ ਸਕਦਾ ਹੈ
ਚਿਹਰੇ ਮਾਯੂਸ ਰਹੇ ਹੋਏ ਨੇ

ਮਿਸਰੇ ਮਿਸਰੇ ਤੇ ਕਰੋ ਗ਼ੌਰ, ਸੁਣੋ
ਇਹ 'ਦਵਿੰਦਰ' ਨੂੰ ਮਿਲੇ ਹੋਏ ਨੇ

•

❑

ਮੇਰਿਓ ਖ਼ਾਬੋ ਖ਼ਿਆਲੋ ਮੇਰੀਓ ਦਿਲਚਸਪੀਓ
ਆਪੋ ਅਪਣੀ ਥਾਂ 'ਤੇ ਆਵੋ, ਅਸਲੀਓ ਤੇ ਨਕਲੀਓ

ਕੀ ਤੁਸੀਂ ਚਾਨਣ ਦੇ ਓਹਲੇ ਸਾਂਭਿਆ ਹੈ ਸ਼ੌਕ ਨਾਲ਼
ਅੱਖ ਦੀ ਅੱਖ ਉਹ ਸਮਝਦੀ ਹੈ ਮਰਜ਼ੀਓ ਖ਼ੁਦਗ਼ਰਜ਼ੀਓ

ਸੁੱਕੇ ਪੱਤੇ ਟੁੱਟੇ ਹੋਏ ਖੰਭ ਝੂਠੇ ਹੋਣਗੇ
ਚਮਕੋ ਚਮਕੋ ਸੋਹਣਿਓ ਐ ਹੀਰਿਓ ਐ ਮੋਤੀਓ

ਖੁੰਭ ਥੱਲੇ ਯੁੱਗ ਲੰਘੇ ਇੱਕੋ ਰੁੱਖੀ ਧੁਨ ਰਹੀ
ਕੁੱਝ ਤਾਂ ਬਦਲੋ ਆ ਕੇ ਗਗਨੀਂ ਗੁੰਮ ਹੋਏ ਖੋਜੀਓ

ਸਾਰਿਆਂ ਦੇ ਕੋਲ ਹੀ ਤਾਂ ਪਿਆਰ ਦਾ ਮਲਬਾ ਪਿਆ
ਫ਼ਿਕਰ ਸੱਚਾ ਹੈ ਤੁਹਾਡਾ ਵੀ ਬੜਾ ਬੇਚੈਨੀਓ

ਹੈ ਮਹਾਂਬਿਰਤਾਂਤ ਸਮਝੋ ਪਲ ਨੂੰ ਵੇਖੋ ਸ਼ਬਦ ਨੂੰ
ਸ਼ਾਇਰੀ ਸੂਖ਼ਮ ਇਸ਼ਾਰਾ ਸੱਜਣੋ ਤੇ ਦੇਵੀਓ

ਖ਼ੁਸ਼ਕ ਮੁਸਕਾਨਾਂ ਦੀ ਖ਼ੂੰਖ਼ਾਰੀ ਸਦਾ ਜਾਰੀ ਰਹੀ
ਭੇਖ ਕਿਓਂ ਹੈ ਧਾਰਿਆ ਹੋਇਆ ਤੁਸੀਂ ਐ ਸਖ਼ਤੀਓ

ਗੁੰਬਦਾਂ ਦੇ ਘੇਰਿਆਂ ਵਿੱਚ ਜਾਗਣਾ ਵੀ ਨੀਂਦ ਹੈ
ਖ਼ੋਲ 'ਚੋਂ ਨਿਕਲ਼ੋ ਸੁਤੰਤਰਤਾ ਚੁਣੋ ਐ ਜ਼ਿੱਦੀਓ

•

❑

ਜ਼ਿੰਦਗੀ ਦਾ ਨ ਪਤਾ ਲੈਂਦੇ ਹਾਂ
ਸ਼ਾਇਰੀ ਤੋਂ ਤਾਂ ਮਜ਼ਾ ਲੈਂਦੇ ਹਾਂ

ਹਰ ਮਹਾਂਵਾਕ ਨਿਰਾਸ਼ਾ ਵਿੱਚ ਹੈ
ਸੌਣ ਖ਼ਾਤਰ ਇਹ ਦਵਾ ਲੈਂਦੇ ਹਾਂ

ਇਹ ਚਕਾਚੌਂਧ ਕੋਈ ਨੂਰ ਨਹੀਂ
ਕਿਓਂ ਭੁਲੇਖੇ 'ਚੋਂ ਨਸ਼ਾ ਲੈਂਦੇ ਹਾਂ

ਸਭ ਦਿਸ਼ਾਵਾਂ ਨੂੰ ਖ਼ਬਰਦਾਰ ਗਏ
ਧੂਣੀ ਸ਼ੀਸ਼ੇ 'ਚ ਰਮਾ ਲੈਂਦੇ ਹਾਂ

ਸੁੰਞ ਰੰਗਾਂ ਦੀ ਖ਼ਤਰਨਾਕ ਬੜੀ
ਆਓ ਹਰ ਅੱਖ ਜਗਾ ਲੈਂਦੇ ਹਾਂ

ਖ਼ੁਸ਼ਕ ਤਾਨਾਂ 'ਚ ਪਵੇ ਬੂਰ ਚਲੋ
ਚੁੱਪ ਵਿੱਚ ਬਾਗ਼ ਲਗਾ ਲੈਂਦੇ ਹਾਂ

ਸ਼ਬਦ ਦੀ ਪਹੁੰਚ ਰਹੇ ਅਰਥਾਂ ਤੱਕ
ਕਾਵਿ ਦੀ ਓਜ ਵਧਾ ਲੈਂਦੇ ਹਾਂ

ਇੱਕ ਨ ਇਕ ਦਿਨ ਤਾਂ 'ਸਫ਼ਲ' ਹੋਵਾਂਗੇ
ਰੋਜ਼ ਕੁਝ ਮੁੱਲ ਘਟਾ ਲੈਂਦੇ ਹਾਂ

•

❑

ਸੱਚ ਤੋਂ ਵੱਡੀ ਕਹਾਣੀ ਹੈ ਸੁਣੋ
ਸਹਿਰਾ ਸਹਿਰਾ ਰਾਗ ਪਾਣੀ ਹੈ ਸੁਣੋ

ਤਨਜ਼ ਹੈ ਜ਼ੰਜੀਰ ਦੀ ਤਸਵੀਰ ਵੀ
ਜ਼ਿੰਦਗੀ ਹਾਲੇ ਪੁਰਾਣੀ ਹੈ ਸੁਣੋ

ਇੱਕ ਹੀ ਜੌਹਰ ਹਰ ਜਵਾਹਰ ਦਾ ਰਿਹਾ
ਅੱਖ ਨੇ ਜੋ ਅੱਖ ਮਾਣੀ ਹੈ ਸੁਣੋ

ਚੇਤ ਦੇ ਰੰਗਾਂ 'ਚ ਬਲਦਾ ਆ ਰਿਹਾਂ
ਗਰਮ ਇਹ ਧੁੱਪ ਤਾਂ ਸੁਹਾਣੀ ਹੈ ਸੁਣੋ

ਉਹ ਸਮੁੰਦਰ ਦੇ ਸਮੁੰਦਰ ਜਾਣਦੈ
ਜਿਸ ਨੇ ਅਪਣੀ ਪਿਆਸ ਛਾਣੀ ਹੈ ਸੁਣੋ

ਬੰਸਰੀ ਦੀ ਤਾਨ ਹੈ ਪਿਆਰੀ ਸਹਿਰ
ਨ੍ਹੇਰ ਹਉਮੈ ਟੁੱਟ ਜਾਣੀ ਹੈ ਸੁਣੋ

ਆਸਥਾ ਹਰ ਦਿਨ ਤੇ ਰੱਖੋ ਦੋਸਤੋ
ਖ਼ੁਦ ਹੀ ਧੁੱਪ ਰੰਗਾਂ ਦੀ ਢਾਣੀ ਹੈ ਸੁਣੋ

ਅਪਣੀ ਅਪਣੀ ਥਾਂ ਤੇ ਸੂਰਜ ਹੀ ਨੇ ਸਭ
ਤਾਰਾ ਤਾਰਾ ਸਭ ਦਾ ਹਾਣੀ ਹੈ ਸੁਣੋ

•

❑

ਹਰ ਥਾਂ ਪਹੁੰਚੇ ਹੁੰਦੇ ਹੋ
ਲੱਗਦੈ ਬਹੁਤੇ ਵਿਹਲੇ ਹੋ

ਅਪਣੇ ਅੰਦਰੋਂ ਹੋ ਗ਼ਾਇਬ
ਹਰ ਤਸਵੀਰ 'ਚ ਖੜ੍ਹਦੇ ਹੋ

ਹੁਣ ਕੀ ਨਾਅਰੇਬਾਜ਼ੀ ਦਾ
ਚੱਕੀ ਵਿਚਲੇ ਦਾਣੇ ਹੋ

ਸਿਰ 'ਤੇ ਹਮੇਸ਼ਾ ਛੱਤ ਰਹੇ
ਐਸਾ ਵੀ ਕੀ ਉੱਡਦੇ ਹੋ

ਪਹਿਲਾਂ ਤੋੜੇ ਜਾਓਗੇ
ਜੇਕਰ ਪਹਿਲਾਂ ਪੱਕੇ ਹੋ

ਹੈ ਤਿਓਹਾਰ ਦੁਸਹਿਰੇ ਦਾ
ਕਿੰਨੇ ਬਣਦੇ ਤਣਦੇ ਹੋ

ਸ਼ਿਅਰ ਤੋਂ ਜੀਵਨ ਦੂਰ ਹੈ ਕਿਉਂ
ਸ਼ਿਅਰ ਤਾਂ ਚੰਗੇ ਕਹਿੰਦੇ ਹੋ

ਦਾਅਵਾ ਆਪਣੇ ਜਾਦੂ ਦਾ
ਕੀ 'ਸਾਹਿਰ' ਦੇ ਮਿਸਰੇ ਹੋ

•

❑

ਹਵਾ ਦੇ ਰਾਹ 'ਚ ਜੰਗਲ ਦਾ ਕੋਈ ਹਿੱਸਾ ਨਹੀਂ ਪੈਂਦਾ
ਹਵਾ ਕਰਦਾ ਕੋਈ ਬੰਦਾ ਜ਼ਰਾ ਹੋਛਾ ਨਹੀਂ ਪੈਂਦਾ

ਉਹਨਾਂ ਅੰਬਾਂ ਨੇ ਮਿੱਠੇ ਹੋਣ ਦਾ ਸੁਪਨਾ ਨਹੀਂ ਲੈਣਾ
ਜਿਨ੍ਹਾਂ ਦੇ ਕੰਨ ਕੋਈ ਗੀਤ ਕੋਇਲ ਦਾ ਨਹੀਂ ਪੈਂਦਾ

ਜਹੰਨੁਮ ਦੇ ਹੀ ਬਾਸ਼ਿੰਦੇ ਨੂੰ ਜੰਨਤ ਦੀ ਜ਼ਰੂਰਤ ਹੈ
ਕਿ ਉਸਦੀ ਹੀ ਨਜ਼ਰ ਵਿੱਚ ਕੋਈ ਉਜਿਆਰਾ ਨਹੀਂ ਪੈਂਦਾ

ਘਰੇ ਬੀਵੀ ਹੈ ਬੱਚੇ ਹਨ ਪਰ ਉਹ ਮਹਿਬੂਬ ਨੂੰ ਰੋਂਦੈ
ਮੇਰੀ ਭਾਸ਼ਾ ਦਾ ਸ਼ਾਇਰ ਤਾਂ ਕਦੇ ਫਿੱਕਾ ਨਹੀਂ ਪੈਂਦਾ

ਕਵੀ ਹੋ ਜਾਣ ਦਾ ਐ ਦੋਸਤੋ ਇੱਕ ਫ਼ਾਇਦਾ ਵੀ ਹੈ
"ਤੁਸੀਂ ਨਫ਼ਰਤ ਕਰੋ ਮੈਨੂੰ" ਕਦੇ ਕਹਿਣਾ ਨਹੀਂ ਪੈਂਦਾ

ਪਰੇ ਮਜ਼ਹਬ ਦੇ ਘੇਰੇ ਤੋਂ ਜਿਊਣਾ ਅਕਲਮੰਦੀ ਹੈ
ਬੁਰਾਈ ਦਾ ਕਿਤੋਂ ਕੋਈ ਕਦੇ ਸਾਇਆ ਨਹੀਂ ਪੈਂਦਾ

ਇਹ ਕੋਈ ਰੋਗ ਹੈ ਤਾਰੀਫ਼ ਨੂੰ ਮੈਂ ਜ਼ਹਿਰ ਕਹਿੰਦਾ ਹਾਂ
ਖ਼ੁਸ਼ੀ ਹੁੰਦੀ ਹੈ ਕਿ ਮੈਂ ਰੋਗ ਵਿੱਚ ਪੂਰਾ ਨਹੀਂ ਪੈਂਦਾ

"ਕੋਈ ਈਨਾਮ ਦੇ ਦੇਵੋ" ਬਣੀ ਸੂਰਤ ਲਿਖਾਰੀ ਦੀ
'ਦਵਿੰਦਰ' ਨੇ ਤਾਂ ਸੁਣਿਆ ਸੀ ਰਵੀ ਕਾਲ਼ਾ ਨਹੀਂ ਪੈਂਦਾ

●

❑

ਜਜ਼ਬਿਆਂ ਨੂੰ ਦੁਖਾਉਂਦੇ ਰਹਿੰਦੇ ਨੇ
ਦਾਇਰੇ ਮੂੰਹ ਚਿੜਾਉਂਦੇ ਰਹਿੰਦੇ ਨੇ

ਉਸਦੀ ਮੁਸਕਾਨ ਹੈ ਸੁਤੰਤਰਤਾ
ਖ਼ਾਬ ਅੰਬਰ ਸਜਾਉਂਦੇ ਰਹਿੰਦੇ ਨੇ

ਦਰਦ ਨੇ ਅੱਗ ਦਾ ਰੂਪ ਧਾਰ ਲਿਆ
ਮੈਨੂੰ ਦਰਿਆ ਭੁਲਾਉਂਦੇ ਰਹਿੰਦੇ ਨੇ

ਮਨ ਲਗਾਤਾਰ ਬਲ਼ ਰਹੀ ਧੂਣੀ
ਰੰਗ ਤਪਦੇ ਤਪਾਉਂਦੇ ਰਹਿੰਦੇ ਨੇ

ਚੇਤਨਾ ਦੀ ਵਧੀ ਹੈ ਸਰਗਰਮੀ
ਜ਼ਖ਼ਮ ਕੁਝ ਗੁਣਗੁਣਾਉਂਦੇ ਰਹਿੰਦੇ ਨੇ

ਜਾਣਦਾ ਹਾਂ ਕਿ ਜ਼ਹਿਰ ਕਿੱਥੇ ਹੈ
ਲੋਕ ਗੱਲਾਂ ਬਣਾਉਂਦੇ ਰਹਿੰਦੇ ਨੇ

ਸਿਰਫ਼ ਇੱਕ ਰਾਗ ਤਾਰਿਆਂ ਤੱਕ ਹੈ
ਦਿਲ ਜੋ ਆਪਸ 'ਚ ਗਾਉਂਦੇ ਰਹਿੰਦੇ ਨੇ

ਖ਼ੂਨ 'ਚੋਂ ਰੁੱਸ ਗਿਆ 'ਦਵਿੰਦਰ' ਕੁਝ
ਲੋਕ ਸਾਊ ਕਹਾਉਂਦੇ ਰਹਿੰਦੇ ਨੇ

•

❑

ਹਉਮੈ ਦੇ ਨਾਲ਼ ਸੋਚ ਨੂੰ ਇਹ ਮਿਲਦੀਆਂ ਨੇ ਕਿਉਂ
ਖ਼ਬਰਾਂ ਨੂੰ ਏਨੀਆਂ ਵੀ ਗ਼ਲਤਫ਼ਹਿਮੀਆਂ ਨੇ ਕਿਉਂ

ਮੈਂ ਮਨ ਦੀ ਬੂੰਦ ਬੂੰਦ 'ਚ ਲਹਿਰਾਂ ਦਾ ਕੀ ਕਰਾਂ
ਹੁੰਦਾ ਹਾਂ ਸ਼ਰਮਸਾਰ ਕਿ ਨਾ ਸਮਝੀਆਂ ਨੇ ਕਿਉਂ

ਅੱਕੇ ਪਏ ਸਭ ਅਰਥ ਕਹੀ ਜਾਣ ਵਾਰ ਵਾਰ
ਸ਼ਬਦਾਂ ਨੂੰ ਸਾਡੇ ਨਾਲ਼ ਹੀ ਦਿਲਚਸਪੀਆਂ ਨੇ ਕਿਉਂ

ਭਿੜਦੇ ਨੇ ਸਾਰਿਆਂ ਦੇ ਖ਼ਲਾਅ ਜ਼ੋਰ ਸ਼ੋਰ ਨਾਲ਼
ਫਿਰ ਮੇਰੇ ਹੀ ਸਵਾਲ ਤੋਂ ਬੇਚੈਨੀਆਂ ਨੇ ਕਿਉਂ

ਕੁਝ ਤੰਦਰੁਸਤ ਖ਼ਾਬ ਤੇ ਕੁਝ ਮਸਤ ਚੁਸਤ ਸ਼ੌਕ
ਦੁਨੀਆਂ ਤੋਂ ਨਿਅਮਤਾਂ ਇਹ ਭਲਾ ਉੱਠੀਆਂ ਨੇ ਕਿਉਂ

ਸੂਰਜ ਤੋਂ ਧੁੱਪ ਰੋਜ਼ ਹੀ ਆਜ਼ਾਦ ਹੋ ਰਹੀ
ਸੁੱਤੀਆਂ ਹਰਿਕ ਵਜੂਦ 'ਚ ਸਰਸ਼ਾਰੀਆਂ ਨੇ ਕਿਉਂ

ਹਰ ਬੂੰਦ ਹੀ ਸੰਭਾਲ਼ ਸਕੇ ਅਕਸ ਚੰਨ ਦਾ
ਉਸਦੀ ਨਜ਼ਰ ਹੈ ਪੁੱਛਦੀ ਬੇਬਾਕੀਆਂ ਨੇ ਕਿਉਂ

ਦਰਿਆ ਨਹੀਂ ਮੈਂ ਮੇਘ ਨਹੀਂ ਬੂੰਦ ਤੱਕ ਨਹੀਂ
ਹਾਕਾਂ ਕਿਸੇ ਸਰਾਬ ਦੀਆਂ ਸੁਣਦੀਆਂ ਨੇ ਕਿਉਂ

•

❑

ਗਾ ਰਿਹਾਂ ਸੁਰ ਲਗਾਉਣ ਤੋਂ ਬਾਹਰ
ਘਰ 'ਚ ਹਾਂ ਘਰ ਸਜਾਉਣ ਤੋਂ ਬਾਹਰ

ਉਹ ਉਵੇਂ ਦਾ ਉਵੇਂ ਹੈ ਮੁੱਢੋਂ ਜੋ
ਭੇਤ ਹੈ ਭੇਤ ਪਾਉਣ ਤੋਂ ਬਾਹਰ

ਸੱਚ ਉਹ ਕੀ ਰਹੇਗਾ ਕੁਝ ਨ ਪਤਾ
ਜੋ ਰਿਹਾ ਜ਼ਿਦ ਪੁਗਾਉਣ ਤੋਂ ਬਾਹਰ

ਸਮਝਿਆ ਪਿਆਸਿਆਂ ਨੇ ਭਾਦੋਂ ਵਿੱਚ
ਹਾੜ੍ਹ ਹੁੰਦਾ ਨ ਸਾਉਣ ਤੋਂ ਬਾਹਰ

ਕੀ ਹੈ ਜੋ ਭਰ ਗਿਆ ਉਨ੍ਹਾਂ ਅੰਦਰ
ਜੋ ਰਹੇ ਹੱਕ ਜਤਾਉਣ ਤੋਂ ਬਾਹਰ

ਕੀ ਮਿਲੇਗਾ ਕੋਈ ਹੁਲਾਸ ਕਿਤੇ
ਇੱਕ ਤੇਰੇ ਮਨ ਲੁਭਾਉਣ ਤੋਂ ਬਾਹਰ

ਮੈਂ ਉਹ ਧੁਨ ਹਾਂ ਵਜੂਦ ਜਿਸਦਾ ਨਹੀਂ
ਇੱਕ ਤੇਰੇ ਗੁਣਗੁਣਾਉਣ ਤੋਂ ਬਾਹਰ

ਆਦਤਨ ਸਾਵਧਾਨੀਆਂ 'ਚ ਰਹਾਂ
ਪਰ ਤੇਰੇ ਮੁਸਕੁਰਾਉਣ ਤੋਂ ਬਾਹਰ

•

❑

ਰਾਜ ਕਰਦੀ ਉਹ ਖ਼ੁਸ਼ ਹੈ ਮਸਤ ਨਿਡਰ
ਰੁੱਤ ਪੀਲ਼ੀ ਜਿਹੀ ਹਰੇਕ ਨਗਰ

ਕੁਝ ਤਰੱਕੀ ਕਰੇ ਸੁਤੰਤਰ ਵੀ
ਛੂਹ ਰਹੇ ਨੇ ਬਹੁਤ ਗ਼ੁਲਾਮ ਸਿਖ਼ਰ

ਨੂਰ ਹਰ ਸ਼ਖ਼ਸ ਦਾ ਪਿਆ ਗਹਿਣੇ
ਤੁਰ ਪਈ ਸੋਚ ਸੋਚ ਕਿਹੜੇ ਸਫ਼ਰ

ਕਿਸਮ ਹੈ ਵਿਤਕਰੇ ਦੀ ਹਾਸਾ ਵੀ
ਬਸਤੀਆਂ 'ਚੋਂ ਉਦਾਸ ਹੋ ਕੇ ਗੁਜ਼ਰ

ਮੇਰੇ ਹਿੱਸੇ ਦੀ ਚੁੱਪ ਰੋਹ 'ਚੋਂ ਕਹੇ
ਹੁਣ ਤੂੰ ਲਫ਼ਜ਼ਾਂ ਦਾ ਇੰਤਕਾਮ ਵੀ ਜਰ

ਫੋਕੇ ਨਾਅਰੇ ਵਿਵੇਕ ਹਥਿਆਉਂਦੇ
ਰੰਗ ਝੰਡੇ ਦੇ ਸੋਖ ਲੈਂਦੇ ਨਜ਼ਰ

ਤੇਗ਼ ਕਹਿੰਦੀ ਹੈ ਜ਼ਹਿਰ ਜਾਇਜ਼ ਹੈ
ਕੀ ਸਿਆਸਤ ਦਾ ਜ਼ਿੰਦਗੀ ਤੇ ਅਸਰ

ਅਪਣੇ ਹਿੱਸੇ ਦੀ ਮਾਨਸੂਨ ਛੁਡਾ
ਧੁੱਪੇ "ਮੀਂਹ ਮੀਂਹ" 'ਦਵਿੰਦਰਾ' ਨ ਸਿਮਰ

•

❑

ਜਦੋਂ ਵੀ ਤਰਸ ਉਸ 'ਚੋਂ ਵੇਖਿਆ ਹੈ
ਮੁਹੱਬਤ ਨੂੰ ਮੈਂ ਹਿੰਸਾ ਸਮਝਿਆ ਹੈ

ਸ਼ਰਾਫ਼ਤ ਦੀ ਵੀ ਰੱਖਿਆ ਹੈ ਜ਼ਰੂਰੀ
ਗ਼ਲਤ ਨੂੰ ਤਾਂ ਗ਼ਲਤ ਮੈਂ ਆਖਿਆ ਹੈ

ਬਹੁਤ ਡੂੰਘੀ ਗਈ ਸੀ ਕਣਕ ਦੀ ਜੜ੍ਹ
ਵਿਸਾਖੀ ਨੂੰ ਜੋ ਸੋਨਾ ਚਮਕਿਆ ਹੈ

ਸਫ਼ੈਦੇ ਝੂਮਦੇ ਦਿਸਹੱਦਿਆਂ 'ਤੇ
ਤੇ ਸਾਡਾ ਬੋਰ ਡੂੰਘਾ ਹੋ ਗਿਆ ਹੈ

ਬਹੁਤ ਟੁੱਕਦੇ ਨੇ ਅਮਰੂਦਾਂ ਨੂੰ ਤੋਤੇ
ਅਸੀਂ ਵੀ ਪਿਰਥਵੀ ਨੂੰ ਟੁੱਕਿਆ ਹੈ

ਕਵੀ ਦਰਬਾਰ 'ਚੋਂ ਕਵਿਤਾ ਹੈ ਗ਼ਾਇਬ
ਕਿ ਪਾਣੀ ਝੀਲ ਦਾ ਵੀ ਸੁੱਕਿਆ ਹੈ

"ਗ਼ਜ਼ਲ ਅਹਿਸਾਨ ਹੈ ਇਨਸਾਨੀਅਤ 'ਤੇ"
ਕਦੇ ਮੈਂ ਵਹਿਮ ਇਹ ਨਾ ਪਾਲ਼ਿਆ ਹੈ

'ਦਵਿੰਦਰ' ਚੇਤਨਾ ਵਿੱਚ ਦੀਪਮਾਲਾ
ਕਰਾਂ ਮੈਂ ਕਿੰਞ ਮੈਨੂੰ ਭੁੱਲਿਆ ਹੈ

•

❑

ਮੁਹੱਬਤ ਦੇ ਹਮਰਾਜ਼ ਮੌਸਮ ਲਈ
ਸਵਾਗਤ ਦੀ ਆਵਾਜ਼ ਮੱਧਮ ਪਈ

ਇਹ ਮੰਜ਼ਲ ਭੁਲੇਖਾ ਹੈ ਪਰ ਸ਼ੁਕਰ ਕਰ
ਸਲਾਮਤ ਨੇ ਆਗ਼ਾਜ਼ ਸੂਖ਼ਮ ਕਈ

ਕਈ ਵਾਰ ਹੁੰਦਾ ਜੋ ਹੁੰਦਾ ਨਹੀਂ
ਕਿ ਹਸਰਤ ਦੇ ਸਭ ਨਾਜ਼ ਉੱਤਮ ਬਈ

ਜੇ ਨਿਸ਼ਠਾ ਦੇ ਸਿਰ 'ਤੇ ਹੀ ਨਿਸ਼ਚਾ ਕਰੋਂ
ਦਿਆਨਤ ਬਣੇ ਸਾਜ਼ ਸਰਗਮ ਲਈ

ਗਿਆ ਪਲ ਗਈ ਗੂੰਜ ਪਰ ਯਾਦ ਹੈ
ਕਿ ਹੈਰਤ ਸੀ ਪਰਵਾਜ਼ ਸੂਖ਼ਮ, ਗਈ

ਸਮਾਂ ਬੀਤਦਾ ਆਉਂਦੇ ਨੂੰ ਦੇ ਰਿਹਾ
ਵੰਸੀਅਤ 'ਚ ਨਾਰਾਜ਼ ਆਲਮ ਕਈ

ਬਣੋ ਸਖ਼ਤ, ਦੁਨੀਆਂ ਨੂੰ ਕਾਬੂ ਕਰੋ
ਨਜ਼ਾਕਤ ਹੈ ਨਾਸਾਜ਼, ਸੰਜਮ ਬਈ

'ਦਵਿੰਦਰ' ਤੇਰਾ ਫ਼ਰਜ਼ ਹੈ ਸੋਚ ਕੁਝ
ਹਕੀਕਤ ਤੋਂ ਨਾਰਾਜ਼ ਰੇਸ਼ਮ ਲਈ

•

❑

ਕਾਵਿ ਉਤਕਰਸ਼ ਪਹੁੰਚਿਆ ਕਿੱਥੇ
ਸ਼ੁਭ ਜੋ ਸੰਦਰਭ ਖੋ ਗਿਆ ਕਿੱਥੇ

ਕੌਲ ਸਾਰੇ ਹੀ ਨਿਭ ਗਏ ਉਹ ਕਹਿਣ
ਸਾਡਾ ਉਹ ਹਰਸ਼ ਰਹਿ ਗਿਆ ਕਿੱਥੇ

ਸੁਣਦੀ ਨਿਰਛਲ ਉਲਾਂਭਿਆਂ ਦੀ ਸਦਾ
ਮੇਰਾ ਆਹਰ[1] ਦਾ ਫ਼ੈਸਲਾ ਕਿੱਥੇ

ਖਿੜ ਗਈ ਹੈ ਵਿਭਾਵਰੀ[2] ਵੇਖੋ
ਐਸਾ ਝੂਮਰ ਲੁਭਾਵਣਾ ਕਿੱਥੇ

ਸੌਂਖ ਉਪਦੇਸ਼ ਵਿੱਚ ਟਿਕੀ ਬੈਠੀ
ਕੋਈ ਨਾਬਰ ਉਤਾਵਲ਼ਾ ਕਿੱਥੇ

ਸਕਤਿਆਂ ਦੀ ਖ਼ੁਸ਼ੀ ਅਪਾਰ ਜਿਹੀ
ਸੁਰ ਸਰਾਸਰ ਹੈ ਸਿਲਸਿਲਾ ਕਿੱਥੇ

"ਕੰਨ ਰਸ ਦੀ ਗ਼ਜ਼ਲ ਦੀ ਦਹਿਸ਼ਤ ਹੈ"
ਹੈ ਇਹ ਸੂਤਰ ਅਵੱਗਿਆ ਕਿੱਥੇ

ਸੱਭਿਅਤਾ ਮਾਨਤਾ ਹੈ ਸਭਨਾਂ ਦੀ
ਏਸ ਆਦਰਸ਼ ਦਾ ਨਿਭਾ ਕਿੱਥੇ

•

---

1. ਕੋਸ਼ਿਸ਼ 2. ਤਾਰਿਆਂ ਭਰੀ ਰਾਤ

❑

ਛਾਂ ਦਾ ਅੱਯਾਸ਼ ਸੂਰਜ ਨਾ ਭਾਲ਼ੇ
ਚੋਰ ਈਜਾਦ ਕਰਦਾ ਹੈ ਤਾਲ਼ੇ

ਜ਼ਿਕਰ ਦਾ ਫ਼ਿਕਰ ਬੇਚੈਨ ਕਰਦਾ
ਹਰ ਇਮਾਰਤ 'ਚ ਹੁੰਦੇ ਨੇ ਜਾਲ਼ੇ

ਜਦ ਸਜਾਵਟ ਹੀ ਬਣਦੀ ਰੁਕਾਵਟ
ਵੇਖਿਓ ਰੌਸ਼ਨੀ ਦੇ ਦੁਆਲ਼ੇ

ਹੁਣ ਫ਼ਜ਼ਾ ਹੈ ਘੁਟਨ ਦਾ ਪਸਾਰਾ
ਪਿਆਸ ਨੂੰ ਕੋਈ ਕਿੰਨਾ ਕੁ ਟਾਲ਼ੇ

ਨਾਂ ਦਾ ਪਰਲਾ ਸਿਰਾ ਖ਼ੁਸ਼ਕ ਮੰਜ਼ਿਲ
ਹੋਏ ਤਨਹਾ ਬਹੁਤ ਨਾਮ ਵਾਲ਼ੇ

ਵੇਖੀਏ ਸ਼ੌਕ ਨਿਭਦੈ ਕਿ ਟਿਭਦੈ
ਕਿੰਨੇ ਰਾਹ ਤਾਰਿਆਂ ਦੇ ਵਿਚਾਲੇ

ਰੇਸ਼ਾ ਰੇਸ਼ਾ ਮਨਾਂ ਦਾ ਜੇ ਵੇਖੋ
ਦੇਵਤੇ ਸਭ ਥੁੜ੍ਹਾਂ ਨੇ ਹੀ ਪਾਲ਼ੇ

ਕਿਸ਼ਤੀਆਂ ਨਾਲ਼ ਭਰਿਆ ਸਮੁੰਦਰ
ਮਛਲੀਆਂ ਨੂੰ ਭਲਾ ਕੀ ਸੰਭਾਲ਼ੇ

ਪੌਣ ਵਿੱਚ ਲਹਿਰਦੀ ਵਾਇਲਿਨ ਧੁਨ
ਦਰਦ 'ਚੋਂ ਰੌਸ਼ਨੀ ਨੂੰ ਉਛਾਲ਼ੇ

•

❑

ਸਖ਼ਤ ਕਥਾਵਾਂ 'ਚ ਮਿਲਦੇ ਨਰਮ ਚਰਿੱਤਰ
ਹੋਣ ਜੋ ਅੱਜ ਵੀ ਕਦੀਮ ਪਿਰਤੋਂ ਨਿਛਾਵਰ

ਸਭ ਦੀ ਤਮੰਨਾ ਤੋਂ ਕੋਸ਼ ਖ਼ੌਫ਼ਜ਼ਦਾ ਹਨ:
"ਅਰਥ ਦੇ ਇਕਰਾਰੋਂ ਹੋਣ ਸ਼ਬਦ ਸੁਤੰਤਰ"

ਖ਼ਤਮ ਇਹ ਮੂਲੋਂ ਨ ਹੁੰਦੀਆਂ, ਪਰ ਇਹ ਸੰਭਵ
ਕਰ ਲਓ ਬੇਚੈਨੀਆਂ ਦੇ ਰੰਗ ਹੀ ਬਿਹਤਰ

'ਹਾਂ' ਜੇ ਸਹੀ ਸ਼ਬਦ ਹੈ 'ਨਹੀਂ' 'ਚ ਗ਼ਲਤ ਕੀ
ਬਾਤ ਹੈ ਪ੍ਰਸੰਗ ਦੀ ਸਭ ਉਸ 'ਤੇ ਹੈ ਨਿਰਭਰ

ਮਨ ਨੂੰ ਖ਼ੁਮਾਰੀ ਦਾ ਪਾਇਦਾਰ ਹੁਲਾਰਾ
ਭਰਦੀ ਹੈ ਧੁੱਪ ਖ਼ੁਸ਼ਬੂਆਂ ਦਾ ਰਾਗ ਸਰੋਵਰ

ਚਮਕੇ ਸਦਾ ਸ਼ਬਦ ਦਾ ਉਦਾਤ[1] ਇਸ਼ਾਰਾ
ਖੋਲ੍ਹ ਕੇ ਮਨ ਵੇਖੋ: ਵੱਖ ਹੈ ਵੱਖ ਦੇ ਬਰਾਬਰ

ਝੀਲ ਦੇ ਪਾਣੀ ਤੇ ਹੁੰਦੀ ਵੇਖੋ ਸ਼ਰਾਰਤ
ਧੁੱਪ ਨੂੰ ਹਵਾ ਹੋਣ ਦਿੰਦੀ ਹੀ ਨਾ ਇਕਾਗਰ

ਆ ਕੇ ਖਿੜੀ ਚਾਨਣੀ ਨੂੰ ਦੇ ਦੇ ਮਹਿਕ ਜਿਓਂ
ਜ਼ਹਿਨ ਨੂੰ ਸਰਸ਼ਾਰ ਕਰਦੇ ਸ਼ਿਅਰ ਮੁਅੱਤਰ[2]

•

---

1. ਉਚੇਚਾ, 2. ਮਹਿਕੇ ਹੋਏ

❑

ਸੰਸਕਾਰਾਂ 'ਚ ਟਿਕੇ ਹੋਏ ਨੇ
ਲੋਕ ਭਾਵੇਂ ਕਿ ਸਤੇ ਹੋਏ ਨੇ

ਫ਼ਸਲ ਤਾਂ ਫ਼ਸਲ ਰੁਲ਼ੇ ਸਿਰ ਜਿੱਥੇ
ਸਭ ਨੇ ਹੀ ਗੂੰਥ ਪੜ੍ਹੇ ਹੋਏ ਨੇ

ਕੀ ਮਦਦ ਵਾਸਤੇ ਆਵਾਜ਼ ਦਿਆਂ
ਚੁੱਪ ਦੇ ਕਾਨੂੰਨ ਬਣੇ ਹੋਏ ਨੇ

ਊਣੇ ਪੌਣੇ ਹੀ ਸਹੀ ਮੇਰੇ ਖ਼ਿਆਲ
ਜ਼ਿੰਦਗੀ ਤੋਂ ਨ ਪਰੇ ਹੋਏ ਨੇ

ਪਲ 'ਚ ਪਲ ਨੂੰ ਮੈਂ ਟਿਕਾਉਣਾ ਚਾਹਾਂ
ਕੀ ਕਰਿਸ਼ਮੇ ਨ ਕਦੇ ਹੋਏ ਨੇ

ਮੇਰੇ ਆਖੇ 'ਚੋਂ ਗੁਜ਼ਰ ਜਾਂ ਨ ਗੁਜ਼ਰ
ਇੱਥੇ ਸੰਸਾਰ ਵਸੇ ਹੋਏ ਨੇ

ਸਾਰੇ ਸਭ ਦੀ ਹੀ ਕਥਾ ਦੇ ਹਿੱਸੇ
ਸਭ ਦੇ ਕਿਰਦਾਰ ਭੁਰੇ ਹੋਏ ਨੇ

ਨੂਰ ਦਾ ਨੂਰ ਹਨੇਰੇ ਦਾ ਹਨੇਰ
ਸਭ 'ਦਵਿੰਦਰ' 'ਚ ਰਚੇ ਹੋਏ ਨੇ

•

❑

ਉਦਾਸ ਹੋਣ ਦਾ ਕਾਰਨ ਜੇ ਪਾਇਦਾਰ ਮਿਲੇ
ਖ਼ਿਲਾਫ਼ ਇਸਦੇ ਕੋਈ ਤਾਂ ਕਿਤੇ ਤਿਆਰ ਮਿਲੇ

ਸ਼ਦੀਦ ਮਿਹਰ ਦੀ ਉੱਮੀਦ ਰਾਸ ਆਈ ਨਹੀਂ
ਮਲੂਕ ਫ਼ੈਸਲਿਆਂ ਦੇ ਕੁਰੱਖ਼ਤ ਸਾਰ ਮਿਲੇ

ਅਸੀਂ ਜੋ ਬੋਲਦੇ ਸੁਣਦੇ ਹਾਂ ਉਸ 'ਚ ਨਿੱਘ ਨਹੀਂ
ਬਿਆਨ ਅੱਗ ਦੇ ਸਮਿਆਂ ਦੇ ਪਹਿਰੇਦਾਰ ਮਿਲੇ

ਅਜੀਬ ਭੀੜ ਮੈਂ ਸ਼ੀਸ਼ੇ 'ਚ ਲੜ ਰਹੀ ਵੇਖੀ
ਹਰੇਕ ਚਿਹਰਾ ਹਰਿਕ ਚਿਹਰੇ ਦਾ ਸ਼ਿਕਾਰ ਮਿਲੇ

ਜ਼ਰੂਰਤਾਂ ਤੋਂ ਪਰੇ ਦੀ ਜੋ ਇੱਕ ਜ਼ਰੂਰਤ ਹੈ
ਹੈ ਕਿੱਥੇ ਸੋਚ ਜੋ ਉੱਧਰ ਨੂੰ ਵੀ ਉਡਾਰ ਮਿਲੇ

ਹਿਸਾਬ ਦਾਇਰਿਆਂ ਵਿੱਚ ਉਡਾਨ ਭਰ ਸਕਦਾ
ਹਰੇਕ ਭਾਵ 'ਚ ਹੀ ਕਿਉਂ ਦੁਕਾਨਦਾਰ ਮਿਲੇ

ਵਤੀਰਿਆਂ ਦੇ ਅਨੋਖੇ ਵਣਾਂ 'ਚੋਂ ਲੰਘ ਰਿਹਾਂ
ਮੈਂ ਆਪ ਵਕਤ ਹਾਂ ਮੈਨੂੰ ਅਜੀਬ ਯਾਰ ਮਿਲੇ

•

❑

ਨਾਰੀਅਲ ਸਖ਼ਤ ਬਹੁਤ ਨਰਮ ਗਿਰੀ
ਜ਼ਿੰਦਗੀ ਵਿੱਚ ਇਹ ਉਦਾਹਰਨ ਹੈ ਦਬੀ

'ਸਿਰਜਣਾ' ਹੋਂਦ ਲਈ ਰਸਤਾ ਹੈ
ਜੋਤ ਕੋਈ ਵੀ ਨਾ ਹੰਕਾਰ ਲਈ

ਕਿਉਂ ਭੁਲੇਖੇ ਦੀ ਹਿਦਾਇਤ ਮੰਨਾਂ
ਮੈਨੂੰ ਮਿੱਟੀ ਹੀ ਮਿਲੀ ਮੈਥੋਂ ਬੜੀ

ਏਨੇ ਪੱਥਰ ਸੀ ਇਕੱਠੇ ਹੋਏ
ਖੁਰ ਗਈ ਉਮਰ ਉਦਾਸੀ ਨ ਖੁਰੀ

ਲੋਕ ਸ਼ਹਿਰਾਂ 'ਚ ਅਲੱਗ ਹੋ ਸਕਦੇ
ਭੀੜ ਸ਼ਹਿਰਾਂ ਦੀ ਹੈ ਇਕਸਾਰ ਜਿਹੀ

'ਵੇਖਣਾ' ਵੇਖ ਬੁਝਾਰਤ ਮੁਸ਼ਕਿਲ
ਅੱਖ ਵਿੱਚ ਅੱਖ ਦੇ ਆਕਾਰ ਕਈ

ਫੁੱਲ ਖਿੜਾਉਣਾ ਹੀ ਜਦੋਂ ਸਿੱਖਿਆ ਹੈ
ਤਾਜ਼ੇ ਰਹੁ ਵਾਂਗ ਹੀ ਸੀ ਧੁੱਪ ਜੋ ਮਿਲੀ

ਸ਼ਿਅਰ ਵਿੱਚ ਕੋਈ ਸਿਖਰ ਵੀ ਛੂਹੋ
ਕੀ ਹੈ ਜੇ ਬਹਿਰ ਬਿਖਮ ਛੂਹ ਵੀ ਲਈ

ਜਾਮਣਾਂ ਫਾਲਸਿਆਂ ਦੇ ਉਹ ਦਰੱਖ਼ਤ
ਖੱਟੀ ਮਿੱਠੀ ਉਹ ਹਰਿਕ ਯਾਦ ਜਗੀ

•

❑

ਇਹ ਫ਼ਰਮਾਨ ਗ੍ਰੰਥਾਂ ਵਿੱਚੋਂ ਰੋਜ਼ ਹੀ ਜਾਰੀ ਹੁੰਦਾ ਹੈ
ਬੰਦਾ ਮਿਹਨਤਕਸ਼ ਹੋ ਕੇ ਵੀ 'ਆਦਿ ਭਿਖਾਰੀ' ਹੁੰਦਾ ਹੈ

ਐਵੇਂ ਫੋਕੇ ਸਜਦੇ ਕਰ ਕਰ ਕੁਦਰਤ ਦੀ ਤੌਹੀਨ ਨ ਕਰ
ਉਸਨੂੰ ਕੀ ਸ਼ੁਹਰਤ ਤੋਂ ਜੋ ਸੱਚਮੁਚ ਆਭਾਰੀ ਹੁੰਦਾ ਹੈ

ਸਭ ਦੇ ਕੋਲ ਹੀ ਹੁੰਦੀ ਸਭ ਦੀ ਖ਼ਾਤਰ ਕੋਈ ਨ ਕੋਈ ਕੈਦ
ਅਕਸਰ ਹੀ ਹਰ ਕੋਈ ਇਸ ਗੱਲੋਂ ਇਨਕਾਰੀ ਹੁੰਦਾ ਹੈ

ਰੁੱਖ ਬੂਟੇ ਸਭ ਕੀਟ ਪੰਖੇਰੂ ਦਾਦੇ ਨੂੰ ਸੀ ਪੂਰੀ ਸਾਰ
ਪੋਤੇ ਤੱਕ ਇਹ ਇਲਮ ਨ ਤੁਰਿਆ ਸ਼ਾਇਦ ਭਾਰੀ ਹੁੰਦਾ ਹੈ

ਤੇਰੀ ਦੁਆ ਤਾਂ ਸਿਰਫ਼ ਦਿਲਾਸਾ ਤੂੰ ਉਹ ਖ਼ੁਦ ਨੂੰ ਦੇਈ ਜਾ
ਵਕਤ ਦੇ ਬਾਰੇ ਕੌਣ ਕਹੇ ਕਿ ਆਗਿਆਕਾਰੀ ਹੁੰਦਾ ਹੈ

ਸਾਹਿਤ ਦੇ ਠੇਕੇਦਾਰਾਂ ਦੀ ਏਨੀ ਅੱਤ ਤੋਂ ਲੱਗ ਰਿਹਾ
ਜਿਉਂ ਸਾਹਿਤ ਨੂੰ ਮਾਰਨ ਦਾ ਅਮਲਾ ਸਰਕਾਰੀ ਹੁੰਦਾ ਹੈ

ਏਦਾਂ ਹੋਣ ਦੀ ਹਸਰਤ ਰੱਖਣ ਦਾ ਹੀਆ ਵੀ ਕੌਣ ਕਰੇ
ਜਿੱਦਾਂ ਪਿਆਰਾ ਪਿਆਰਾ ਚੇਤਰ ਕਿਆਰੀ ਕਿਆਰੀ ਹੁੰਦਾ ਹੈ

ਉਸ ਕਰਕੇ ਨੁਕਸਾਨ ਉਠਾਉਣੇ ਪੈਂਦੇ ਰਹਿੰਦੇ ਨੇ ਅਕਸਰ
ਲੋੜੋਂ ਵੱਧ ਸ਼ਰੀਫ਼ 'ਦਵਿੰਦਰ' ਅੱਤਿਆਚਾਰੀ ਹੁੰਦਾ ਹੈ

•

❑

"ਦਿਸ ਰਹੀ ਗੁਲਮੁਹਰ ਦੀ ਡਾਲ਼ ਜਿਹੀ"
"ਵਕਤ ਦੇ ਤਿੰਨ ਪਾਸੇ ਢਾਲ਼ ਜਿਹੀ"

ਸਿਰਫ਼ ਆਵਾਜ਼ ਵੀ ਹੈ ਇੱਕ ਭਾਸ਼ਾ
ਓਪਰੇਪਣ ਦੀ ਕੰਧ ਜਾਲ਼ ਜਿਹੀ

ਲੂਣ ਸਾਗਰ ਦਾ ਘਟ ਨਹੀਂ ਸਕਦਾ
ਫਿਰ ਵੀ ਹਟੀਏ ਨ ਕਰਨੋਂ ਘਾਲ਼ ਜਿਹੀ

ਕੌਣ ਧੁੱਪ 'ਚੋਂ ਉਹ ਕਰ ਸਕੇ ਗਾਇਬ
ਤਾਰ ਹੈ ਜੋ ਮਹੀਨ ਵਾਲ਼ ਜਿਹੀ

ਨਿੰਮ ਦੇ ਫੁੱਲਾਂ 'ਚ ਸ਼ਹਿਦ ਵੀ ਹੁੰਦੈ
ਦਿਲ 'ਚ ਹੈ ਤਲਖ਼ੀਆਂ ਦੀ ਪਾਲ਼ ਜਿਹੀ

ਪੁਲ਼ ਕਿਸੇ ਵੀ ਨਦੀ ਦੀ ਲੋੜ ਨਹੀਂ
ਇਹ ਤਾਂ ਸਾਨੂੰ ਰਹੀ ਹੈ ਭਾਲ਼ ਜਿਹੀ

ਹੱਥ ਸਿਲ਼ਤਾਂ ਤੋਂ ਹੋਣ ਕਦ ਬਾਗ਼ੀ
ਟੁੱਟ ਸਕਦੀ ਨਹੀਂ ਇਹ ਪਾਲ਼ ਜਿਹੀ

ਬੱਲੀਆਂ ਪੱਕੀਆਂ ਕਿਸਾਨ ਹੈ ਖ਼ੁਸ਼
ਕਾਲ਼ੀ ਘਟ ਵੀ ਹੈ ਨਾਲ਼ ਨਾਲ਼ ਜਿਹੀ

•

❑

ਕਹੇ ਹੋਏ ਨੂੰ ਹੀ ਕਹਿਣਾ ਹੈ ਤਾਂ ਅਸਮਾਨ ਖ਼ਾਲੀ ਹੈ
ਨਵਾਂ ਕੁਝ ਕਹਿਣ ਖ਼ਾਤਰ ਕਦ ਕੋਈ ਮੈਦਾਨ ਖ਼ਾਲੀ ਹੈ

ਸੁਨਹਿਰੇ ਸੁਪਨਿਆਂ ਵਿੱਚ ਜੇ ਹਰੇ ਖ਼ਾਤਰ ਨ ਥਾਂ ਕੋਈ
ਤਾਂ ਅਰਮਾਨਾਂ ਭਰੇ ਸਮਿਆਂ ਦਾ ਹਰ ਐਲਾਨ ਖ਼ਾਲੀ ਹੈ

ਜ਼ਿਆਦਾ ਕੱਸ ਕੇ ਬੰਨ੍ਹੇ ਮਨਾਂ ਦੀ ਜ਼ਾਤ ਮਹਿਰੂਮੀ[1]
ਜੋ ਐਸੀ ਸਲਤਨਤ ਤੇ ਖ਼ੁਸ਼ ਹੈ ਉਹ ਸੁਲਤਾਨ ਖ਼ਾਲੀ ਹੈ

ਮਨਾਂ ਤੋਂ ਭਾਵ ਅੰਧਰਾਤੇ ਦਾ ਖ਼ਤਰਾ ਹੀ ਨਹੀਂ ਟਲ਼ਦਾ
ਗੁਆ ਕੇ ਬਹਿ ਗਿਆ ਤਲ ਸਹਿਜ ਹੁਣ ਮੁਸਕਾਨ ਖ਼ਾਲੀ ਹੈ

ਮੈਂ ਮੱਧਮ ਤਾਰਿਆਂ ਦੀ ਲੋਅ 'ਚੋਂ ਸੂਹਾਂ ਗਹਿਰੀਆਂ ਕੱਢਾਂ
ਇਕਾਗਰਚਿੱਤ ਦਿਲਚਸਪੀ ਦਾ ਕਦ ਵਰਦਾਨ ਖ਼ਾਲੀ ਹੈ

ਤਬੀਅਤ ਦੇ ਵਣਾਂ 'ਚੋਂ ਸਬਰ ਬੂਟੀ ਲਾਪਤਾ ਹੋਈ
ਨ ਹਸਰਤ ਖੋਜ ਦੀ ਬਾਕੀ ਕਿ ਜਦ ਈਮਾਨ ਖ਼ਾਲੀ ਹੈ

ਕੋਈ ਪਿਆਸੇ ਨੂੰ ਕੇਵਲ ਖੂਹ ਵਿਖਾ ਕੇ ਭਰ ਗਿਆ ਲੱਗਦੈ
ਕੋਈ ਪਿਆਸੇ ਨੂੰ ਸ਼ਰਬਤ ਦੇ ਕੇ ਵੀ ਸੁੰਨਸਾਨ ਖ਼ਾਲੀ ਹੈ

ਮੇਰਾ ਹਰ ਕਿਸਮ ਦਾ ਸੰਬੰਧ ਮੇਰੀ ਰੂਹ ਦਾ ਹੀ ਪਰਤੌ
ਖਰਾ ਇਸ 'ਤੇ ਜੇ ਨਾ ਉੱਤਰਾਂ ਤਾਂ ਮੇਰੀ ਜਾਨ ਖ਼ਾਲੀ ਹੈ

•

---

1. ਕਮੀ ਵਾਲ਼ੀ

❑

ਲਾਹ ਦਿਓ ਜੀ ਮੁਲੰਮੇ ਅਭਾਗੇ
ਚੇਤਨਾ ਬੰਦੇ ਬੰਦੇ ਦੀ ਜਾਗੇ

ਸਖ਼ਤ ਕਿੰਨੀ ਸ਼ਰਾਫ਼ਤ ਦੀ ਹਉਮੈ
ਕੋਈ ਹੀਰਾ ਨਹੀਂ ਉਸਦੇ ਲਾਗੇ

ਕੀ ਲੜਾਵਾਂਗਾ ਇਸ ਨਾਲ਼ ਪੇਚਾ
ਮੈਂ ਤਾਂ ਗਿੱਠ ਗਿੱਠ ਤੇ ਗੱਠੇ ਨੇ ਧਾਗੇ

ਮੰਨ ਕੇ ਹੌਸਲੇ ਨੂੰ ਮੁਅੱਜ਼ਿਜ਼[1]
ਔਕੜਾਂ ਦੇ ਸਮੇਂ ਭਾਰੇ ਝਾਗੇ

ਸਭ ਮਨਾਂ ਦਾ ਇਹ ਪ੍ਰਯਾਗ[2] ਵੇਖੋ
ਸ਼ਬਦ ਮਹਿਕਣ ਮੁਹੱਬਤ ਦੇ ਲਾਗੇ

ਸ਼ਿਅਰ 'ਚੋਂ ਜ਼ਿੰਦਗੀ ਹੈ ਨਦਾਰਦ
ਮੂਰਛਿਤ ਆਸਥਾ ਹੁਣ ਤਾਂ ਜਾਗੇ

ਸਾਹਿਤਕ ਮਾਫ਼ੀਆ ਦਣਦਣਾਉਂਦਾ
ਆਏ ਭਾਸ਼ਾ ਦੇ ਵੇਲ਼ੇ ਅਭਾਗੇ

ਯਾਤਨਾ ਮਨ 'ਤੇ ਪੱਕਣ ਨ ਦੇਣਾ
ਬੇਕਸੀ ਦੇ ਨ ਟੁੱਟਣਗੇ ਧਾਗੇ

•

---

1. ਸਤਿਕਾਰਤ, 2. ਸੰਗਮ

❑

ਇਕਰਾਰ ਵਿੱਚ ਇਨਕਾਰ ਦੇ ਧੱਬੇ ਨੇ ਗੂੜ੍ਹੇ
ਸੰਸਾਰ ਵਿੱਚ ਅਪਣੇ ਇਵੇਂ ਰਿਸ਼ਤੇ ਨੇ ਗੂੜ੍ਹੇ

ਸਭ ਦੋਸਤਾਂ ਨੇ ਦੋਸਤਾਂ ਨੂੰ ਮਾਪ ਰੱਖਿਆ
ਹੁਣ ਦੋਸਤੀ ਵਿੱਚ ਇਸ ਕਦਰ ਖ਼ਤਰੇ ਨੇ ਗੂੜ੍ਹੇ

ਬੋਦੇ ਅਤੇ ਫਿੱਕੇ ਪਏ ਉਹ ਸੱਭਿਅਤਾ 'ਚੋਂ
ਧਾਗੇ ਮਨਾਂ ਦੇ ਜੋ ਅਸੀਂ ਰੰਗੇ ਨੇ ਗੂੜ੍ਹੇ

ਕੂਲ਼ੀ ਜਿਹੀ ਇੱਕ ਗੂੰਜ ਹੈ ਯਾਦਾਂ 'ਚ ਬਾਕੀ
ਮੇਰੇ ਦੁਆਲ਼ੇ ਉਸਦੇ ਸਭ ਘੇਰੇ ਨੇ ਗੂੜ੍ਹੇ

ਹੱਥਾਂ 'ਚ ਭਰ ਕੇ ਮੈਂ ਬਹੁਤ ਮਹਿਸੂਸ ਕਰਦਾਂ
ਮਿੱਟੀ ਨ ਭੁੱਲੇ ਕੰਮ ਜੋ ਜ਼ਿੰਮੇ ਨੇ ਗੂੜ੍ਹੇ

ਸਤਰੰਗੀਆਂ ਤੇ ਕਹਿਕਸ਼ਾਵਾਂ ਕਿਸਦੀਆਂ ਹਨ
ਅੱਖਾਂ ਦੀਆਂ ਜਿਹਨਾਂ ਦੇ ਸਭ ਸੁਪਨੇ ਨੇ ਗੂੜ੍ਹੇ

ਨਿਸਤੇਜ ਇੱਛਾਵਾਂ ਤੋਂ ਨਾਬਰ ਹੀ ਭਲੇ ਹਾਂ
ਅਲਬੇਲਿਆਂ ਨੇ ਹੌਸਲੇ ਕਰਨੇ ਨੇ ਗੂੜ੍ਹੇ

ਜੀਵਨ ਲਈ ਦੁਨੀਆਂ ਨੂੰ ਕਿਵ ਸਮਝੇ 'ਦਵਿੰਦਰ'
ਫਿਕਰਾਂ 'ਚੋਂ ਨਿਕੱਲ਼ਦੇ ਨੇ ਜੋ ਫ਼ਿਕਰੇ ਨੇ ਗੂੜ੍ਹੇ

•

❑

ਬਾਬਾ ਨਾਨਕ ਮਾਫ਼ ਕਰੀਂ
ਸਾਡੇ ਨਾਟਕ ਮਾਫ਼ ਕਰੀਂ

ਨਾਦਾਨੀ ਦੇ ਬੁੱਲੇ ਹਾਂ
ਬੁਝਦੇ ਦੀਪਕ ਮਾਫ਼ ਕਰੀਂ

ਸਾਡੇ ਕੰਨ ਵਿਖਾਵੇ ਦੇ
ਉੱਘੇ ਵਾਚਕ ਮਾਫ਼ ਕਰੀਂ

ਰੱਜਿਆਂ ਪੁੱਜਿਆਂ ਦੀ ਸੇਵਾ
ਉੱਤਮ ਸੇਵਕ ਮਾਫ਼ ਕਰੀਂ

ਸਿਰਫ਼ ਕਰੀ ਜਾਣਾ ਹਾਸਲ
ਕੀ ਹੈ ਰੌਚਕ ਮਾਫ਼ ਕਰੀਂ

ਖ਼ਤਰਾ ਬੋਧ ਨਿਗੂਣੇ ਦਾ
ਐ ਪਰਚਾਰਕ ਮਾਫ਼ ਕਰੀਂ

ਸਾਊ ਸ਼ਬਦਾਂ ਦੀ ਵਰਤੋਂ
ਅਰਥ ਭਿਆਨਕ "ਮਾਫ਼ ਕਰੀਂ"

ਜੇ ਹੈ 'ਦਵਿੰਦਰ' "ਓਹੀ ਕੁਝ"
ਕੀ ਹੈ ਪੁਸਤਕ ਮਾਫ਼ ਕਰੀਂ

•

❑

ਗੰਭੀਰ ਮਿਸਾਲ ਬੇਬਸੀ ਦੀ
ਸਿਰ ਉੱਤੇ ਖੜ੍ਹੀ ਜੋ ਨਾ ਉਮੀਦੀ

ਚਿਹਰਾ ਤਾਂ ਹਰਿਕ ਹੀ ਲੱਗ ਰਿਹਾ ਹੈ
ਪੁਸਤਕ ਜਿਵੇਂ ਅਜਨਬੀ ਲਿਪੀ ਦੀ

ਧਾਰਾ 'ਚ ਜੋ ਕੈਦ ਆਦਮੀ ਹਨ
ਉਹ ਸ਼ਕਲ ਹੀ ਭੁੱਲੇ ਆਦਮੀ ਦੀ

ਜੋ ਜ਼ਹਿਰ ਬਣਾ ਸਕੇ ਧਨੀ ਹੈ
ਅੰਮ੍ਰਿਤ ਦੀ ਤਲਾਸ਼ ਮੁਫ਼ਲਿਸੀ ਦੀ

ਬਦਨਾਮ ਹੈ ਪਿਆਸ ਵਾਸਤੇ ਥਲ਼
ਹਾਲਤ ਇਹ ਹੈ ਸਭ ਦੀ ਜ਼ਿੰਦਗੀ ਦੀ

ਭਾਸ਼ਾ ਹੈ ਮੇਰੀ ਮੇਰਾ ਮੁਕੱਦਰ
ਇੱਕ ਬੂੰਦ 'ਚ ਲਿਸ਼ਕ ਰੌਸ਼ਨੀ ਦੀ

ਕੰਧਾਂ 'ਚ ਫਸੇ ਖ਼ਬਰ ਕਿਵੇਂ ਸੁਣਨ
ਪਰਬਤ ਦੀ ਜੋ ਨੀਂਹ 'ਚ ਕੰਬਣੀ ਦੀ

ਜੇ ਦਾਇਰਿਆਂ 'ਚ ਖ਼ੁਸ਼ 'ਦਵਿੰਦਰ'
ਕੀ ਹੋਰ ਹੈ ਮੌਤ ਸ਼ਾਇਰੀ ਦੀ

•

❑

ਕਹਿੰਦੇ ਨੇ ਦਾਇਰਾ ਹਿਫ਼ਾਜ਼ਤ ਹੈ
ਦਾਇਰੇ ਵਿੱਚ ਹੀ ਸਾਰੀ ਦਹਿਸ਼ਤ ਹੈ

ਜਾਣਨਾ ਇਸ ਨੂੰ ਉਸਨੂੰ ਖ਼ੁਦ ਨੂੰ ਕੀ
ਭਾਰ ਚੁੱਕਣ ਦੀ ਐਵੇਂ ਆਦਤ ਹੈ

ਮੁਕਤ ਹੋਣੈ ਦਵੰਦ ਤੋਂ, ਹੋਵੇ
ਵਹਿਮ ਦੀ ਅਪਣੀ ਇੱਕ ਸਿਆਸਤ ਹੈ

"ਸ਼ਬਦ ਕਰਦੇ ਨੇ ਸੱਭਿਅਤਾ ਦਾ ਲਿਹਾਜ਼"
ਹੈ ਜੋ ਮੂੰਹ ਤੇ ਚੜ੍ਹੀ, ਹਿਮਾਕਤ ਹੈ

ਜ਼ਹਿਰ ਹਨ ਭਾਂਤ ਭਾਂਤ ਦੇ ਮੌਜੂਦ
'ਸ਼ੁਕਰ ਹੈ' 'ਚੋਣ ਦੀ' 'ਸਹੂਲਤ' ਹੈ

ਮੇਰੇ ਸਮਕਾਲੀਆਂ 'ਚ ਸਮਝ ਬਹਾਲ
ਕਾਵਿ ਜੋਖਮ ਭਰੀ ਦਿਆਨਤ ਹੈ

ਜਿੱਥੇ ਮਾਰਗ ਹੈ ਬੰਦ ਉੱਥੇ ਹੀ
ਅਸਲੀਅਤ ਵਿੱਚ ਕੋਈ ਸਵਾਗਤ ਹੈ

ਅੰਦਰੋਂ ਅੰਦਰੀ ਜੋ ਹੈ ਬਾਹਰ
ਉਸਨੂੰ ਵੇਖਣ ਦੀ ਹੁਣ ਜ਼ਰੂਰਤ ਹੈ

•

❑

ਹਵਾ ਹਵਾ 'ਚ ਹੈ ਆਈ ਤੇ ਜਲ 'ਚ ਜਲ ਹੋਇਆ
ਬਹਾਰ ਗੂੰਜ ਰਹੀ ਹੈ ਸਮਾਂ ਗ਼ਜ਼ਲ ਹੋਇਆ

ਹਰਿਕ ਦਰੱਖ਼ਤ ਨਵੀਂ ਤਰਜ਼ ਦੇ ਸਰੂਰ 'ਚ ਹੈ
ਬਦਨ ਦੀ ਝੀਲ 'ਚ ਮਨ ਹੈ ਜਿਵੇਂ ਕੰਵਲ ਹੋਇਆ

ਨਜ਼ਰ ਯਕੀਨ ਦੇ ਸਿਰਿਆਂ ਤੇ ਉੱਡ ਰਹੀ ਹੈਰਤ
ਕਿ ਰੰਗ ਰੰਗ ਸਫ਼ੇਦੀ ਤੋਂ ਕਿੰਵ ਛਲ ਹੋਇਆ

ਜੋ ਅਕਸ ਅਕਸ ਜਗੇ, ਲੈਅ ਦੀ ਸਾਂਝ ਵੇਖੇ ਕੋਈ
ਨ ਜਾਣੇ ਕਿੱਥੇ ਨਜ਼ਰ ਜਿਸਦਾ ਇਹ ਸ਼ੁਗਲ ਹੋਇਆ

ਨ ਬੰਸਰੀ ਹੈ ਸਵੇਰਾ ਨਾ ਸ਼ਾਮ ਸਾਰੰਗੀ
ਇਹ ਜ਼ਹਿਨ ਸ਼ੋਰ ਦੇ ਯੁਗ ਵਿੱਚ ਉਥਲ ਪੁਥਲ ਹੋਇਆ

ਸਫ਼ਰ ਸਫ਼ਰ ਨੂੰ ਪਈ ਹੈ ਹਿਦਾਇਤਾਂ ਦੀ ਲਤ
ਉਹ ਕੰਮ ਛੱਡ ਵੀ ਕਦੇ ਜੋ ਬਹੁਤ ਸਰਲ ਹੋਇਆ

ਸਫ਼ਰ ਬਿਨਾਂ ਹੀ ਕੋਈ ਕੀ ਲਿਖੇ ਸਫ਼ਰਨਾਮਾ
ਮੈਂ ਸਾਲ ਕਿੰਵ ਲਿਖਾਂ ਫੜ ਨ ਮੈਥੋਂ ਪਲ ਹੋਇਆ

ਮੇਰਾ ਬਿਆਨ ਅਧੂਰਾ ਹੈ ਮੈਂ ਅਧੂਰਾ ਹਾਂ
"ਕਿ ਉੱਡਦੀ ਬੂੰਦ ਦਾ ਕਿਧਰੇ ਨ ਕੋਈ ਤਲ ਹੋਇਆ"

•

❑

ਖਿਝੇ ਰਹੇ ਜੋ ਲੂਆਂ ਪਾਲ਼ਿਆਂ ਤੋਂ
ਅਜ਼ਾਦ ਹੋਣਗੇ ਕਦ ਜਾਲ਼ਿਆਂ ਤੋਂ

ਤਮਾਮ ਨਕਸ਼ਿਆਂ ਦੀ ਸਮਝ ਆਵੇ
ਮਿਲੇ ਜੇ ਵਿਹਲ ਸਾਨੂੰ ਤਾਲ਼ਿਆਂ ਤੋਂ

ਪਰੇ ਮੁਕਾਬਲੇ ਤੋਂ ਜੋ ਹੈ ਜੀਵਨ
ਮਿਲੇ ਖ਼ਬਰ ਨ ਉਸਦੀ ਭਾਲ਼ਿਆਂ ਤੋਂ

ਹਰੇਕ ਰੌਸ਼ਨੀ ਕਦ ਰੌਸ਼ਨੀ ਹੈ
ਟਲ਼ੇ ਭਲਾ ਕੋਈ ਕੀ ਟਾਲ਼ਿਆਂ ਤੋਂ

ਅਜੀਬ ਮੰਨਤਾਂ ਮੰਗਣ 'ਚ ਰੁੱਝੇ
ਇਹ ਸਾਰੇ ਸਾਏ ਰੰਗਾਂ ਵਾਲ਼ਿਆਂ ਤੋਂ

ਕਿਵੇਂ ਉਜਾਸ ਫੈਲੇ ਮੇਰਾ ਪਹਿਲਾਂ
ਚਰਾਗ਼ ਬਾਲ਼ੇ ਸਭਦੇ ਬਾਲ਼ਿਆਂ ਤੋਂ

ਮੁਹੱਬਤਾਂ ਦੇ ਉਜਿਆਰੇ ਨੇ ਪਾਵਨ
ਬਚਣ ਬਚਣ ਦਿਮਾਗ਼ਾਂ ਕਾਲ਼ਿਆਂ ਤੋਂ

ਹੈ ਧੁੱਪ ਮਜ਼ਾਕ ਜੇ ਦਿਨ ਦਾ ਜ਼ਮਾਨੇ
ਨਿਜ਼ਾਮ ਢਲ਼ ਵੀ ਸਕਦੇ ਢਾਲ਼ਿਆਂ ਤੋਂ

•

❑

ਬਲ਼ਦੇ ਸੂਰਜ ਦਾ ਕਿਸ ਨੂੰ ਸਹਾਰਾ
ਜੇ ਹਰਿਕ ਅੱਖ ਹੀ ਟੁੱਟਿਆ ਸਿਤਾਰਾ

ਆਲਮੀ ਬਿਹਤਰੀ ਦਾ ਤਸੱਵਰ
ਕੀ ਹਕੀਕਤ ਬਣੇਗਾ ਇਹ ਲਾਰਾ

ਰੋਜ਼ ਮਿੱਠੇ ਨਤੀਜੇ ਉਡੀਕਾਂ
ਮੈਂ ਕਰਾਂ ਰੋਜ਼ ਅਭਿਆਸ ਖਾਰਾ

ਹੋਸ਼ ਮਸਤੀ ਨੂੰ ਵੀ ਕੀ ਪਛਾਣੇ
'ਸਬਰ ਹੀ ਸਬਰ' ਅਪਣਾ ਗੁਜ਼ਾਰਾ

ਜ਼ਿੰਦਗੀ ਜ਼ਿੰਦਗੀ ਦਾ ਮੁਕੱਦਰ
ਅੱਜ ਦੇ ਉੱਤੇ ਪਿਆ ਕੱਲ੍ਹ ਭਾਰਾ

ਫ਼ਰਜ਼ ਤੋਂ ਅੱਕੇ ਜੀਵਨ ਤੋਂ ਉੱਕੇ
ਖੇਡਿਆ ਇੰਞ ਹੀ ਨਾਟ ਸਾਰਾ

ਸ਼ਿਅਰ, ਗੱਲ ਤੋਂ ਹੈ ਕਿਧਰੇ ਬੜੀ ਗੱਲ
ਬੂੰਦ ਵਿੱਚ ਵੇਖੀਏ ਜੇ ਫੁਹਾਰਾ

ਭਰਦੀ ਜਾਂਦੀ ਹਵਾ ਇਸ ਦੀ ਦੁਸ਼ਮਣ
ਖ਼ੁਸ਼ ਕਰੇ ਖ਼ੂਬ ਹਉਮੈ ਗ਼ੁਬਾਰਾ

•

❑

ਖੁੱਲ੍ਹੇ ਅੰਬਰ ਨੂੰ ਸਭ ਪਤਾ ਕਿੱਥੇ
ਕਿ ਮੈਂ ਚੇਤਰ ਗੁਜ਼ਾਰਿਆ ਕਿੱਥੇ

ਸੰਗਮਰਮਰ ਵੀ ਭੁਰ ਹੀ ਜਾਂਦਾ ਹੈ
ਸੰਗਮਰਮਰ 'ਚ ਉੱਕਰਿਆ ਕਿੱਥੇ

ਖ਼ੌਫ਼ ਤੇ ਆਈ ਸੋਚ ਦੀ ਮੰਜ਼ਿਲ
ਹੁੰਦੈ ਘਰ ਘਰ ਦਾ ਫ਼ਾਇਦਾ ਕਿੱਥੇ

ਤਲਖ਼ੀਆਂ ਸਖ਼ਤ ਰੋਅਬਦਾਰ ਬਹੁਤ
ਕੁਝ ਪਵੇ ਫ਼ਰਕ ਹੋ ਰਿਹਾ ਕਿੱਥੇ

ਘੱਟ ਗੁਜ਼ਾਰੇ 'ਚ ਗੁਜ਼ਰਿਆ ਜੀਵਨ
ਹੋ ਗਿਆ ਖ਼ਰਚ ਵੱਖਰਾ ਕਿੱਥੇ

ਹੁਣ ਤਾਂ ਪਲ ਪਲ 'ਚੋਂ ਸਿੰਮਦਾ ਹੀ ਰਹੇ
ਗ਼ਮ ਨੇ ਸਾਗਰ ਪਿਰੋ ਲਿਆ ਕਿੱਥੇ

ਹਾਸ਼ੀਏ, ਹਾਸ਼ੀਏ ਦੇ ਸਭ ਪਾਸੇ
ਕੁਝ ਸੁਤੰਤਰ ਸੁਹਾਵਣਾ ਕਿੱਥੇ

ਕਹਿੰਦੇ ਸ਼ੀਸ਼ੇ 'ਚ ਤੈਰਦਾ ਰਹਿੰਦੈ
ਉਫ਼ 'ਦਵਿੰਦਰ' ਵੀ ਰੁਕ ਗਿਆ ਕਿੱਥੇ

•

❑

ਸਭ ਦਰੱਖ਼ਤਾਂ ਤੇ ਜ਼ਿਆਦਾ ਫਲ ਹੋਣ
ਪੰਛੀਆਂ ਨੂੰ ਵੀ ਫਿਰ ਉਹ ਹਾਸਲ ਹੋਣ

"ਰਿਜ਼ਕ ਪੱਥਰਾਂ 'ਚ ਵੀ ਮਿਲ ਜਾਂਦਾ ਹੈ"
ਭੁੱਖੇ, ਪੱਥਰਾਂ 'ਚ ਕਿਵੇਂ ਦਾਖ਼ਲ ਹੋਣ

ਪਿਆਰ ਹੀ ਪਿਆਰ ਕਰੋ ਸਭਨਾਂ ਨਾਲ਼
ਕਹਿ ਰਹੇ ਲੋਕ ਜਿਵੇਂ ਪਾਗਲ ਹੋਣ

ਮੈਲ਼ ਅੰਤਾਂ ਦੀ ਵਗੇ ਗੰਗਾ ਵਿੱਚ
ਕੀ ਨੇ ਅੱਥਰੂ ਵੀ ਜੇ ਗੰਗਾਜਲ ਹੋਣ

ਅੱਜ ਵੀ ਦੁਨੀਆਂ ਨੂੰ ਝੁਕਾਉਂਦੇ, ਅਫ਼ਸੋਸ
ਜੋ ਮਨੁੱਖਤਾ ਦੇ ਬੜੇ ਕਾਤਲ ਹੋਣ

ਇਹ ਕਰਾਮਾਤ ਅਸਰਦਾਰ ਹੈ ਉਫ਼
ਸਭ ਅਧੂਰੇ ਹੀ ਜਦੋਂ ਕਾਮਲ ਹੋਣ

ਬਣਦਾ ਬਣਦਾ ਮੈਂ ਮਿਟੀ ਜਾਂਦਾ ਹਾਂ
ਸਿਰਫ਼ ਬਣ ਜਾਣ ਉਹ ਜੋ ਕਾਬਲ ਹੋਣ

ਰੁੱਤ ਗੁਲਾਬੀ ਵੀ ਮਿਲੇਗੀ ਸਭ ਨੂੰ
ਸ਼ਰਤ ਹੈ ਸ਼ੌਂਕ ਹਰੇ ਸ਼ਾਮਲ ਹੋਣ

•

❑

ਅਰਥ ਤੋਂ ਪਾਰ ਵੀ ਕੋਈ ਸ਼ੈਅ ਹੈ
ਮਨ ਦੀ ਭਾਸ਼ਾ ਤਾਂ ਪੇਤਲ਼ੀ ਸ਼ੈਅ ਹੈ

ਉਸ ਲਈ ਰਾਬਤੇ ਦੇ ਦਰ ਖੋਲ੍ਹਾਂ
ਅਜਨਬੀ ਵਿੱਚ ਜੋ ਅਜਨਬੀ ਸ਼ੈਅ ਹੈ

ਕਿੰਨੇ ਬ੍ਰਹਿਮੰਡ ਸਾਹ ਲਈ ਜਾਂਦੇ
ਕੋਰਾ ਕਾ.ਗਜ਼ ਨ ਕਾ.ਗਜ਼ੀ ਸ਼ੈਅ ਹੈ

ਚੁੱਪ ਡੂੰਘੀ ਉਡਾਨ ਹੈ ਮੇਰੀ
ਸ਼ਬਦ ਵਿੱਚ ਧਿਆਨ ਜਾਦੂਈ ਸ਼ੈਅ ਹੈ

ਥੱਕੀ ਮਿੱਟੀ ਨੂੰ ਵੀ ਤਾਂ ਨੀਂਦ ਮਿਲੇ
ਰੁੱਤ ਪੱਤਝੜ ਦੀ ਵੀ ਗੁਣੀ ਸ਼ੈਅ ਹੈ

ਦਾਅਵਿਆਂ ਵੱਲ ਸ.ਫ਼ਰ ਅਜਾਈਂ ਗਿਆ
ਹਿੰਸਾ ਹਰ ਹਾਲ ਵਿੱਚ ਬੁਰੀ ਸ਼ੈਅ ਹੈ

ਸਭ ਨੂੰ ਅਪਣੀ ਪਈ ਕਿਸੇ ਦਾ ਕੀ
ਹੁਣ ਅਮਰਤਾ ਵੀ ਆਰਜ਼ੀ ਸ਼ੈਅ ਹੈ

ਹੀਰ ਦੀ ਧੁਨ ਘੁਲ਼ੀ ਜਿਵੇਂ ਇਸ ਵਿੱਚ
ਵਗ ਰਹੀ ਪੌਣ ਤੜ.ਫ਼ਦੀ ਸ਼ੈਅ ਹੈ

•

❑

ਗੁਜ਼ਰਦੇ ਵਕਤ ਦਾ ਵਿਸ਼ ਸਭ ਤਨਾਂ ਮਨਾਂ 'ਚ ਭਰੇ
ਕਿਵੇਂ ਅਤੀਤ ਦਾ ਫਿਰ ਕੋਈ ਹੇਰਵ੍ਹਾ ਨ ਕਰੇ

ਹਰੇਕ ਦੌਰ ਦੀ ਆਦਤ ਰਹੀ ਇਹ ਵੀ ਸਾਂਝੀ
ਰਵਾਇਤਾਂ ਦੇ ਪੁਜਾਰੀ ਨਵੀਨਤਾ ਤੋਂ ਡਰੇ

ਚਰਾਗ਼ ਉਹ ਜੋ ਮਹਿਜ਼ ਅਪਣੀ ਲੋਅ ਦੀ ਹੀ ਸੋਚਣ
ਵਣਾਂ ਵਣਾਂ ਦਾ ਪਸਾਰਾ ਉਨ੍ਹਾਂ ਦੀ ਅੱਗ ਤੋਂ ਡਰੇ

ਸ਼ਰੀਫ਼ ਹੋਣ ਦਾ ਐਲਾਨ ਹੱਕ ਉਨ੍ਹਾਂ ਦਾ ਉਫ਼
ਕਰੂਰਤਾ ਦੀ ਜੋ ਹੱਦ ਤੋਂ ਬਹੁਤ ਗਏ ਨੇ ਪਰ੍ਹੇ

ਮੈਂ ਸ਼ਬਦੋਂ ਪਾਰ ਵੀ ਕੁਝ ਸੋਚ ਸਮਝ ਸਕਦਾਂ ਪਰ
ਨਜ਼ਰ ਜੇ ਵੇਖ ਸਕੇ ਮੰਜ਼ਰਾਂ ਨੂੰ ਰੰਗੋਂ ਪਰੇ

ਕਿਸੇ ਗੁਲਾਬ ਲਈ ਉਸਦੀ ਹਰ ਦੁਆ ਹੈ ਫ਼ਰੇਬ
ਕਿ ਜਿਸ ਨੇ ਖ਼ੁਦ ਹੀ ਉਜਾੜੇ ਨੇ ਕਿੰਨੇ ਬਾਗ਼ ਹਰੇ

ਖਰਾ ਨਹੀਂ ਹੈ ਜੋ ਵਾਹ ਵਾਹ ਦੀ ਆਸ ਤੇ ਕਾਇਮ
ਹਰਿਕ ਸਿਫ਼ਤ ਤੋਂ ਬੁਲੰਦੀ 'ਤੇ ਹੁੰਦੇ ਸ਼ਿਅਰ ਖਰੇ

•

❑

ਮੇਰੇ ਸ਼ਿਅਰਾਂ 'ਚ ਜੋ ਸਿਆਹੀ ਹੈ
ਤੇਰੇ ਹਰ ਰੰਗ ਦੀ ਗਵਾਹੀ ਹੈ

ਖ਼ੂਨ ਜਦ ਤਕ ਗ਼ੁਲਾਮ ਨਸ ਨਸ ਦਾ
ਖ਼ੁਦ ਬ ਖ਼ੁਦ ਇਸ਼ਕ ਨੂੰ ਮਨਾਹੀ ਹੈ

ਇਹ ਜੋ ਇੱਕ ਰੰਗ ਬੇਮੁਹਾਰ ਜਿਹਾ
ਇਹ ਮੇਰੇ ਅਕਸ ਦੀ ਤਬਾਹੀ ਹੈ

ਹਰ ਹਕੀਕਤ ਨੂੰ ਖ਼ਾਬ ਤੋਂ ਆਸਾਂ
ਮੇਘ ਪਰ ਖ਼ਾਬ ਦਾ ਕਪਾਹੀ ਹੈ

ਹੁਣ ਗੁਲਾਬਾਂ 'ਚ ਉਹ ਅਦਾ ਕਿੱਥੇ
ਕੋਝੇ ਮੌਸਮ ਦੀ ਬਾਦਸ਼ਾਹੀ ਹੈ

ਹਰ ਅਕੀਦਾ ਹੀ ਥਿੜਕਿਆ ਤਾਲੋਂ
ਇਸ 'ਚ ਸਭਨਾਂ ਦੀ 'ਬੇਗੁਨਾਹੀ' ਹੈ

ਸੌਖ ਮੇਰੀ ਅਜੀਬ ਮੁਸ਼ਕਿਲ ਹੈ
ਸਭ ਗੁਜ਼ਰ ਜਾਏਗਾ ਹਵਾ ਹੀ ਹੈ

ਬੁੱਲ੍ਹੇ ਸ਼ਾਹ ਤੇ ਕਬੀਰ ਸੱਦਣ ਪਰ
ਮੈਨੂੰ ਐਵੇਂ ਹੀ ਵਾਹੋਦਾਹੀ ਹੈ

•

❑

ਬੜੇ ਨੇ ਪੰਧ ਵਿੱਚ ਸਦੀਆਂ ਦੇ ਪੱਥਰ
ਅਸੀਂ ਜਿਸ ਜ਼ਿੰਦਗੀ ਦੇ ਹਾਂ ਮੁਸਾਫ਼ਰ

ਮੈਂ ਤੈਨੂੰ ਰੱਖ ਕੇ ਅੱਖਾਂ 'ਚ ਤੱਕਿਆ
ਅਨੋਖੇ ਰਕਸ ਵਿੱਚ ਸਾਰੇ ਹੀ ਮੰਜ਼ਰ

ਧੁਨਾਂ ਦੇ ਧਾਰਿਆਂ ਵਿੱਚ ਘੁਲ਼ ਰਿਹਾ ਹਾਂ
ਕਿਤੇ ਤੂੰ ਭਰ ਲਿਜਾਵੇਂ ਇੱਕ ਗਾਗਰ

ਵਧਾ ਦੇ ਆ ਕੇ ਖ਼ੁਸ਼ਬੂ ਉਪਵਣਾਂ ਦੀ
ਤੇਰੇ ਸਦਕੇ ਕਰੇ ਸ਼ਿੰਗਾਰ ਚੇਤਰ

ਹੈ ਖ਼ਾਬਾਂ ਤੋਂ ਹਕੀਕਤ ਤੱਕ ਤਿਆਰੀ
ਮੈਂ ਅੱਗ ਅੱਤ ਜ਼ਹਿਰ ਨੂੰ ਮਿਲਣਾ ਹੈ ਅਕਸਰ

ਸੁਤੰਤਰ ਮਨ ਲਈ ਘੇਰੇ ਹੀ ਘੇਰੇ
ਇਹੀ ਹੈ ਸੱਭਿਅਤਾ ਦਾ ਮੂਲ ਮੰਤਰ

ਇਹੀ ਬੇਚੈਨੀਆਂ ਦਾ ਹੱਲ ਹੈ ਸ਼ਾਇਦ
ਇਨ੍ਹਾਂ ਦੇ ਜਸ਼ਨ ਦੀ ਕਰ ਦੇਵੋ ਆਖ਼ਰ

ਗ਼ਜ਼ਲ ਤੋਂ ਕਰ ਰਿਹਾ ਸਰਸ਼ਾਰ ਫ਼ਿਤਰਤ
'ਦਵਿੰਦਰ' ਦਾ ਨ ਇਹ ਅਧਿਕਾਰ ਖੇਤਰ

•

❑

ਅੱਤ ਕਿਉਂ ਅੰਤ ਹਰਾਇਆ ਨ ਹਰੇ
ਇਲਮ ਦਾ ਨੂਰ ਵਧਾਇਆਂ ਨ ਵਧੇ

ਟੇਢ ਸੂਰਜ ਦੀ ਨਜ਼ਰ ਵਿੱਚ ਨ ਕੋਈ
ਮੁੱਖ ਸਾਡੇ ਹੀ ਵਸਾਇਆ ਨ ਵਸੇ

ਹੰਭ ਕੇ ਵੀ ਨਾ ਦਿਲਾਸੇ ਇਹ ਕਹਿਣ:
"ਦਰਦ ਦੀ ਵਿੱਤ ਘਟਾਇਆਂ ਨ ਘਟੇ"

ਖ਼ੂਬ ਮਿਰਦੰਗ ਨਿਰਾਸ਼ਾ ਦੀ ਹੈ ਪਰ
ਆਸ ਦੀ ਹੇਕ ਦਬਾਇਆਂ ਨ ਦਬੇ

ਬਿਖਰੇਪਣ ਨੂੰ ਮੈਂ ਤਰੰਨੁਮ ਜੋ ਦਿਆਂ
ਵਕਤ ਦੀ ਅੱਖ ਮਿਲਾਇਆਂ ਨ ਮਿਲੇ

ਬੰਦ ਦਰਵਾਜ਼ੇ ਸਦਾਅ ਦੇਣ ਸੁਣੋ
ਕਿਹੜੇ ਰਾਹ ਹਨ ਜੋ ਜਗਾਇਆਂ ਨ ਜਗੇ

ਰਟਣਾ ਤਾਂ ਲਫ਼ਜ਼ ਦੀ ਤੌਹੀਨ ਹੀ ਹੈ
ਕਿਉਂ ਅਸਰ ਮਨ ਤੇ ਸਜਾਇਆਂ ਨ ਸਜੇ

ਫਿਰ ਗ਼ਜ਼ਲ ਇਸਦੀ ਰਹੀ ਆਮ ਜਿਹੀ
ਇਹ 'ਦਵਿੰਦਰ' ਵੀ ਹਟਾਇਆਂ ਨ ਹਟੇ

•

❑

ਰੰਗ ਉਮੰਗ ਤਰੰਗ ਸਜੀ ਹੈ
ਆਸ ਹੁਲਾਸ[1] ਦੀ ਖ਼ਾਸ ਬਣੀ ਹੈ

ਬੋਲ ਨਿਰੋਲ ਅਡੋਲ ਹੀ ਰਹਿੰਦਾ
ਹੇਚ ਉਚੇਚ ਨ ਮੇਚ ਕਦੀ ਹੈ

ਹਾਲ ਨਿਹਾਲ ਬਹਾਲ ਵੀ ਹੋਵੇ
ਸਾਖ[2] ਵਿਸਾਖ ਦੀ ਆਖ ਰਹੀ ਹੈ

ਕਾਸ਼ ਅਕਾਸ਼ ਨਿਰਾਸ਼ ਨ ਹੋਵੇ
ਅਰਸ਼ ਸਪਰਸ਼ ਸੰਘਰਸ਼ਮਈ ਹੈ

ਹੌਲ ਮਹੌਲ 'ਚ ਖ਼ੌਲ ਰਿਹੈ, ਤੱਕ
ਯਾਰ ਕਰਾਰ ਦੀ ਸਾਰ[3] ਡਰੀ ਹੈ

ਟੇਕ 'ਹਰੇਕ 'ਤੇ' ਸੇਕ ਹੀ ਦਿੰਦੀ
ਸਖ਼ਤ ਕੁਰੱਖ਼ਤ ਜੋ ਬਖ਼ਤ ਰਹੀ ਹੈ

ਤਾਜ ਸਮਾਜ ਦੀ ਲਾਜ ਸੰਭਾਲ਼ੇ
ਦੀਦ-ਉਮੀਦ ਸ਼ਦੀਦ ਬੜੀ ਹੈ

ਸ਼ਾਂਤ ਇਕਾਂਤ ਨਿਸ਼ਾਂਤ ਦੇ ਵੇਲ਼ੇ
ਸੌਣ ਦੀ ਪੌਣ 'ਚ ਕੌਣ ਨਮੀ ਹੈ

ਰਾਗ ਬਿਹਾਗ ਹੈ ਜਾਗ 'ਚ ਬਿਹਬਲ
ਪੀਰ-ਅਧੀਰ ਸਮੀਰ ਵਗੀ ਹੈ

ਕੰਧ ਸੁਗੰਧ ਦੇ ਪੰਧ ਨ ਹੋਇਓ
ਆਦ ਜੁਗਾਦ ਮੁਰਾਦ ਰਹੀ ਹੈ

ਸਾਫ਼ ਸ਼ਫ਼ਾਫ਼ ਮੁਆਫ਼ ਨੇ ਜ਼ਾਲਿਮ
ਅੱਤ ਹੈ ਸੱਤ ਦੀ ਰੱਤ ਵਹੀ ਹੈ

ਨੂਰ ਗ਼ਰੂਰ ਜ਼ਰੂਰ ਮਿਟਾਉਂਦੈ
ਧਾਤ ਦੀ ਜ਼ਾਤ ਦੀ ਗਾਤ ਢਲ਼ੀ ਹੈ

ਅਸਤ ਵਿਅਸਤ ਤਰੱਸਤ ਨੇ ਲੋਕੀ
ਦਹਿਰ[4] 'ਚ ਕਹਿਰ ਦੁਪਹਿਰ ਤਪੀ ਹੈ

ਪੇਸ਼ ਕਲੇਸ਼ ਹਮੇਸ਼ ਹੀ ਰਹਿੰਦਾ
ਚਿੱਤ ਅਜਿੱਤ ਨ ਮਿੱਤ ਕਦੀ ਹੈ

ਨਾਮ ਦੇ ਆਮ ਗ਼ੁਲਾਮ ਨੇ ਸ਼ਾਇਰ
ਪਾਕ ਜੋ ਵਾਕ ਦੀ ਹਾਕ ਦਬੀ ਹੈ

ਲੀਨ ਮਹੀਨ ਯਕੀਨ 'ਚ ਹਾਂ ਮੈਂ
ਲਾਟ ਵਿਰਾਟ ਲਲਾਟ[5] ਜਗੀ ਹੈ

ਆਪ ਦਾ ਜਾਪ ਸਰਾਪ 'ਦਵਿੰਦਰ'
ਗ਼ੈਰ ਦੀ ਖ਼ੈਰ ਬਗ਼ੈਰ ਵੀ ਕੀ ਹੈ

•

1.ਖੇੜਾ, 2. ਪ੍ਰਤਿਸ਼ਠਾ, 3 ਕੀਮਤ,
4. ਦੁਨੀਆਂ, 5. ਮੱਥਾ

ਦੋਹੇ

ਕਾਲ਼ੀ ਰਾਤ ਦਾ ਖ਼ਾਬ ਸੀ ਖ਼ਾਬ 'ਚ ਖਿੜੀ ਕਪਾਹ
ਠੰਢ 'ਚ ਨੀਂਦ ਹੈ ਉੱਖੜੀ ਧੂਣੀ ਹੋਈ ਸੁਆਹ

✡✡✡

ਗੱਜੇ ਮੇਘ ਹਵਾ ਵਗੀ ਛਣਕੀ ਖ਼ੂਬ ਸਰੀਂਹ
ਆਸ ਦੀ ਰਾਤ ਵੀ ਰਾਤ ਸੀ ਟਾਲ਼ ਗਈ ਸੀ ਮੀਂਹ

✡✡✡

ਪਿੰਡ ਦੇ ਖੂੰਜੇ ਮੇਘ ਜਿਓਂ ਪੈਂਦੀ ਮੋਰ ਦੀ ਪੈਲ਼
ਸ਼ਹਿਰ ਦੀ ਛੱਤ 'ਤੇ ਸਾਉਣ ਜਿਓਂ ਜੇਠ ਹਾੜ੍ਹ ਦੀ ਮੈਲ਼

✡✡✡

ਕੂਲ਼ੀ ਪੌਣ ਸਵੇਰ ਦੀ, ਕੰਬੇ ਲਿਸ਼ਕੇ ਤ੍ਰੇਲ
ਨੂਰ ਹੁਲਾਸ ਹੈ ਰੁੱਤ ਦਾ, ਮਹਿਕ ਬਹਾਰ ਦਾ ਤੇਲ

✡✡✡

ਸ਼ਹਿਰ 'ਤੇ ਚਾਦਰ ਬਰਫ਼ ਦੀ, ਉੱਤੇ ਪਸਰੀ ਚੁੱਪ
ਪੌਣ ਵਗੇ ਤਲਵਾਰ ਜਿਓਂ, ਚਮਕੇ ਨਿਰਜਿੰਦ ਧੁੱਪ

✡✡✡

ਆਪੋ ਆਪਣੀ ਤੱਕੜੀ ਸਭ ਦੇ ਅਪਣੇ ਤੋਲ
ਉਸ ਤੋਂ ਸਾਵਾਂ ਕੀ ਸਰੇ ਜਿਸਦੇ ਮਨ ਵਿੱਚ ਝੋਲ

✡✡✡

ਤਕਨੀਕਾਂ ਦੇ ਯੁੱਗ ਵਿੱਚ ਕਿਸ ਤੇ ਲਾਈਏ ਦੋਸ਼
ਪੱਥਰ ਕਾਲ ਨੂੰ ਜਾ ਰਹੀ ਭੀੜ ਦਾ ਵੇਖੋ ਜੋਸ਼

✡✡✡

ਛਿੱਦੀ ਛਿੱਦੀ ਨੀਂਦ ਹੈ ਫਿੱਕੀ ਫਿੱਕੀ ਜਾਗ
ਕੀ ਤੋਂ ਕੀ ਕੀਤਾ ਗੁਣਾ ਕੀ ਕੀ ਹੋਇਆ ਭਾਗ

✡✡✡

ਮਿੱਟੀ ਰੁੱਤਾਂ ਪਰਖਦੀ ਸਿੱਧੇ ਦੇਵੇ ਜਵਾਬ
ਅਪਣੀ ਟੇਢੀ ਚਾਲ ਦੇ ਵੇਖੋ ਰੰਗ ਜਨਾਬ

✡✡✡

ਬੇਤਰਤੀਬ ਨੇ ਆਦਤਾਂ ਬੇਤਾਲੇ ਅੰਦਾਜ਼
ਸ਼ਾਨ ਹਵਾਈ ਮਹਿਲ ਹੈ ਤੱਤ ਵਿਹੂਣੇ ਨਾਜ਼

✡✡✡

ਕੱਚੀ ਲਿਖਤ ਨੂੰ ਕਹਿ ਰਹੇ ਜੋ ਵਿਦਵਾਨ ਅਮੁੱਲ
ਕਾਹੀ ਉੱਤੇ ਆਖਦੇ ਖਿੜਨ ਕੰਵਲ ਦੇ ਫੁੱਲ

✡✡✡

ਆਪਾਂ ਜਿਹੜੇ ਸੱਚ ਨੂੰ ਕਰਦੇ ਰਹੇ ਅਣਡਿੱਠ
ਅੰਤ ਨੂੰ ਓਹੀ ਕਰ ਰਿਹਾ ਅਪਣੀ ਹੋਂਦ ਨੂੰ ਠਿੱਠ

✡✡✡

ਕਵਿਤਾ ਜੋ ਮਿੱਠੀ ਸੁਣੋਂ ਦਿੰਦੀ ਖ਼ੂਬ ਅਨੰਦ
ਊਂਘ ਅਨੰਦੋਂ ਉਪਜਦੀ ਸੋਚ ਨੂੰ ਕਰਦੀ ਬੰਦ

✡✡✡

ਸਭ ਤੋਂ ਸਨਦ ਕਿਰਦਾਰ ਦੀ ਪਿਆਰੇ ਤੂੰ ਨ ਭਾਲ਼
ਤੂੰ ਪਰਵਾਜ਼ 'ਚ ਮਸਤ ਰਹਿ, ਇਹ ਆਦਤ ਹੈ ਜਾਲ਼

✡✡✡

ਕਿਤੇ ਦਿਲਾਂ ਨੂੰ ਛੂਹ ਸਕਣ ਕਿੱਥੇ ਏਨੀ ਵਿੱਤ
ਕਾਗ਼ਜ਼ ਵਿੱਚ ਹੀ ਖਪ ਗਏ ਸਾਰੇ ਮੇਰੇ ਕਬਿੱਤ

✡✡✡

ਰੰਗ ਤਾਂ ਸਿਰਫ਼ ਦੁਆਰ ਹਨ ਖੋਲ੍ਹੋ ਤਾਂ ਤਸਵੀਰ
ਮਨ ਤੇ ਮਨ ਦੀ ਪਰਤ ਹੈ ਕਸੀ ਕਸੀ ਜ਼ੰਜੀਰ

✡✡✡

ਘਾਹ ਦੇ ਉੱਤੇ ਸੈਰ ਕਰ, ਖ਼ੂਬ ਪਈ ਹੈ ਓਸ
ਦੂਰ ਜਜ਼ੀਰਾ ਡੁੱਬ ਗਿਆ, ਕਿਸੇ ਨੂੰ ਕੀ ਅਫ਼ਸੋਸ

✡✡✡

ਧਰਤੀ ਉੱਤੇ ਜ਼ਿੰਦਗੀ ਦੀ ਹੈ ਸੁੱਕੀ ਜਾਨ
ਸਾਨੂੰ ਸੋਚਣ ਦੀ ਕਦੋਂ ਦਿੰਦਾ ਵਿਹਲ ਸਮਾਨ

✡✡✡

ਮੇਰਾ ਹਠ ਸੀ ਵੇਖਣੀ ਵਕਤ ਦੀ ਗਠੜੀ ਖੋਲ੍ਹ
ਐਵੇਂ ਰਿਹਾ ਉਤਾਵਲਾ ਹੁਣ ਪਛਤਾਵਾ ਕੋਲ

✡✡✡

ਪਾਣੀ ਤੋਂ ਪਾਣੀ ਡਰੇ, ਪੌਣ ਤੋਂ ਡਰਦੀ ਪੌਣ
ਮਿੱਟੀਓਂ ਮਿੱਟੀ ਡਰ ਰਹੀ, ਮੇਰੇ ਅੰਦਰ ਕੌਣ

✡✡✡

ਚੁੱਪ ਮੁਹਾਰਤ ਰੱਖਦੀ ਚੁੱਪ ਹੈ ਚੁਸਤ ਚਲਾਕ
ਬੋਲ਼ ਤਾਂ ਇੱਕ ਦੂਜੇ ਤੇ ਹੀ ਪਾਉਂਦੇ ਰਹਿੰਦੇ ਖ਼ਾਕ

✡✡✡

ਵੇਖ ਕੇ ਸਾਹਿਤ ਚੌਧਰੀ, ਭੱਜ ਕੇ ਨ ਝੋਲ਼ੀ ਚੁੱਕ
ਏਦਾਂ ਗਿਰ ਗਿਰ ਕੇ ਕਦੀ ਬੱਝੇਗੀ ਨਾ ਠੁੱਕ

✡✡✡

ਜਿੰਨਾ ਤੇਰੇ ਕੋਲ਼ ਹੈ ਉਹ ਵੀ ਬਹੁਤ ਹੈ ਛੰਭ
ਫੇਰ ਸਮੁੰਦਰ ਹੋਣ ਦਾ ਤੂੰ ਕਿਉਂ ਪਾਲ਼ੇ ਦੰਭ

✡✡✡

ਫੋਕੇ ਸੱਭਿਆਚਾਰ ਦਾ ਇਉਂ ਮੁੱਕੇਗਾ ਕਹਿਰ
ਬੱਚਿਆਂ ਨੂੰ ਹੁਣ ਨਾ ਦਿਓ, ਇਹ ਸਦੀਆਂ ਦਾ ਜ਼ਹਿਰ

✡✡✡

ਲੇਖਕ ਜੀ ਕੁਝ ਸਮਝਿਓ ਕਰਦੇ ਲੋਕ ਮਜ਼ਾਕ
ਨੇਤਾਵਾਂ ਤੋਂ ਵੱਧ ਕਿਓਂ ਮਾਰ ਲਿਆ ਇਖ਼ਲਾਕ

✡✡✡

ਅੰਬਰ ਤਣੀ ਵਿਭਾਵਰੀ, ਤਾਰਾ ਤਾਰਾ ਜੋਤ
ਵਾਤਾਵਰਣ ਸੁਹਾਵਣਾ ਸੁਰਤ 'ਚ ਓਤ ਪਰੋਤ

✡✡✡

ਰੁੱਤ ਖਜੂਰਾਂ ਰਸਣ ਦੀ ਧੁੱਪ ਤ੍ਰਿਪਤੀ ਦੀ ਦਾਤ
ਨਖ਼ਲਿਸਤਾਨ ਦੀ ਪੌਣ ਵਿੱਚ ਅੰਮ੍ਰਿਤ ਆਤਮਸਾਤ

✡✡✡

ਹਾੜ੍ਹ ਨੇ ਖੇਤ ਤਰੇੜਿਆ, ਤਿੱਖੀ ਮੇਘ ਉਡੀਕ
ਬਿਲਮ ਨ ਹੋਵੇਗਾ ਕਰੇ, ਮਾਨਸੂਨ ਤਸਦੀਕ

✡✡✡

ਦਿਲ ਘਰ ਖ਼ਾਲਿਸ ਲੁਤਫ਼ ਦਾ ਮਿਲਿਆ ਤੇਰਾ ਪੈਗ਼ਾਮ
ਜਿਉਂ ਹਰਿਆਲੇ ਸ਼ਹਿਰ ਵਿੱਚ ਪਈ ਗੁਲਾਬੀ ਸ਼ਾਮ

•

ਤ੍ਰਿਵੇਣੀਆਂ

ਸੱਚ ਨੂੰ ਸਮਝਣਾ ਨਹੀਂ ਚਾਹੁੰਦਾ
ਜਿਸਨੂੰ ਵੀ ਜ਼ਿੰਦਗੀ ਪਿਆਰੀ ਹੈ
ਇਹ ਬਹੁਤ ਹੈ ਕਿ ਜਾਂ ਮੈਂ ਹੋਰ ਕਹਾਂ

✡✡✡

ਸਮਝ ਬਾਰੇ ਜੋ ਸਮਝ, ਵਹਿਮ ਨਿਰਾ
ਕੌਣ ਇਸ ਵਹਿਮ ਦਾ ਸ਼ਿਕਾਰ ਨਹੀਂ
ਸਭ ਨੇ ਪਰ ਸਿੱਖ ਲਈ ਅਦਾਕਾਰੀ

✡✡✡

ਮਨ ਤਾਂ ਤਨ ਦੇ ਹੀ ਹੱਕ 'ਚ ਭੁਗਤੇਗਾ
ਹੋਰ ਮਨ ਵਿੱਚ ਭਲਾ ਖ਼ਰਾਬੀ ਕੀ
ਜ਼ਿੰਦਗੀ ਸਿਰਫ਼ ਤਨ ਦਾ ਧਨ ਹੋਈ

✡✡✡

ਗਿਆਨ ਹਉਮੈ ਨੂੰ ਭੰਗ ਕਰ ਦਿੰਦਾ
ਸਿਰਫ਼ ਹਉਮੈ ਹੀ ਤਾਂ ਮੁਹਾਰਤ ਹੈ
ਕੌਣ ਪਾਗਲ ਤਲਾਸ਼ ਗਿਆਨ ਕਰੇ

✡✡✡

ਜੋ ਅਪਣੀ ਹੀ ਕਹਾਣੀ ਵਿੱਚ ਹੈ ਵਾਧੂ
ਉਹਦੀ ਵੀ ਜ਼ਿੰਦਗੀ ਹੈ ਜ਼ਿੰਦਗੀ ਕੀ
ਮਹੱਤਵਯੋਗ ਹੋਣਾ ਲਾਜ਼ਮੀ ਹੈ

✡✡✡

ਵਧੋ ਵਿਚਾਰ ਸਹਾਰੇ ਵਧੋ ਵਧੋ ਨਿੱਤ ਨਿੱਤ
ਤੁਰੋ ਬਹਾਰ ਪੁਕਾਰੇ ਤੁਰੋ ਤੁਰੋ ਜਿੱਤ ਜਿੱਤ
ਇਹੀ ਹੈ ਗੀਤ ਜੋ ਸੂਰਜ ਦਾ ਮਾਣ ਰੱਖਦੀ ਹੈ

✡✡✡

ਅਪਣੇ ਅੰਦਾਜ਼ ਨਾਲ਼ ਪੁਰ ਹਾਂ ਮੈਂ
ਫਿਰ ਉਹੀ ਫਿਰ ਉਹੀ ਪੁਰਾਣਾਪਣ
ਐ ਹਵਾ ਤਾਜ਼ਗੀ ਨਵੀਂ ਦੇ ਕੋਈ

✡✡✡

ਖ਼ੂਬ ਮਕਬੂਲੀਅਤ ਵੀ ਹੋਵੇਗੀ
ਮਾਣ ਬਹੁਤੀ ਉਚਾਈ ਛੂਹੇਗਾ
ਕੀ ਤਿਆਗਾਂ ਖ਼ਿਆਲ ਫੁੱਲਾਂ ਦੇ

✡✡✡

ਗੀਤ ਕੁਦਰਤ 'ਚ ਵਹਿ ਰਹੇ ਨੇ ਬਹੁਤ
ਖੋਜ ਦਾ ਹੇਜ ਮਨ 'ਚ ਪਥਰਾਇਆ
ਤਰਲ ਹੋ ਜਾਣ ਦੀ ਪਿਆਸ ਘਟੀ

✡✡✡

ਕੁਝ ਐਸੇ ਦਿਲ ਵੀ ਨੇ ਜੋ ਹੰਝੂਆਂ ਤੇ ਤੈਰ ਜਾਂਦੇ ਨੇ
ਬੱਸ ਐਵੇਂ ਰੋਜ਼ ਪੱਥਰ ਪਾਣੀਆਂ 'ਤੇ ਤੈਰ ਜਾਂਦੇ ਨੇ
ਬੁਰਾਈ ਵੀ ਕਰਿਸ਼ਮੇ ਤੋਂ ਕਦੇ ਕੁਝ ਘੱਟ ਨਹੀਂ ਹੁੰਦੀ

✡✡✡

ਉੱਪਰੋਂ ਹੀ ਸਭ ਸਜਾਵਟ ਅੰਦਰ ਨ ਕੁਝ ਉਜਾਲਾ
ਸੰਸਾਰ ਹੈ ਜਿਵੇਂ ਇੱਕ ਜਿਲਦਾਂ ਦਾ ਪੁਸਤਕਾਲਾ
ਰੰਗਾਂ ਨੂੰ ਹੈ ਉਦਾਸੀ, ਕਾਲਖ ਦੀ ਸਲਤਨਤ ਵਿੱਚ

☆☆☆

ਦੋ ਚਾਰ ਹੀ ਵਗਾਏ ਬਸ ਛੋਟੇ ਛੋਟੇ ਨਾਲ਼ੇ
ਹੈ ਅਪਣੀ ਸਿਰਜਣਾ ਦਾ ਏਨਾ ਕੁ ਦਾਇਰਾ ਹੀ
ਪਰ ਮਨ ਬਣਾ ਲਿਆ ਹੈ ਹੰਕਾਰ ਦਾ ਹਿਮਾਲਾ

☆☆☆

ਲੱਖਾਂ ਸਾਲ ਪਹਿਲਾਂ ਬੀਤਿਆ ਪਲ
ਲੱਖਾਂ ਸਾਲ ਮਗਰੋਂ ਆ ਰਿਹਾ ਪਲ
ਵੇਖੋ 'ਹੁਣ' 'ਚ ਜੱਫ਼ੀ ਪਾ ਰਹੇ ਨੇ

☆☆☆

ਕਿਧਰੇ ਵੀ ਪੈ ਨਹੀਂ ਰਿਹਾ ਸਾਵਾਂ
ਵਿਗੜਿਆ ਖ਼ੂਬ ਮੇਰਾ ਪਰਛਾਵਾਂ
ਨਕਲਚੀ ਬਣ ਗਿਆ ਹੈ ਦੁਨੀਆਂ ਦਾ

☆☆☆

ਚੰਨ ਦਾ ਸ਼ਹਿਦ ਅੱਖਾਂ 'ਚ ਘੁਲ਼ਦੈ
ਝੀਲ ਕੰਢੇ ਹਵਾ ਮਖ਼ਮਲੀ ਹੈ
ਹੱਥ ਫੜਾ ਇਹ ਸਮਾਂ ਰੋਕ ਲਈਏ

☆☆☆

ਬੱਦਲਾਂ ਵਿੱਚ ਹੈ ਆਥਣ ਦੀ ਲਾਲੀ
ਝੂਲਦੀ ਹੈ ਸਰੋਦੀ ਉਦਾਸੀ
ਭੈਰਵੀ ਖ਼ੂਨ ਵਿੱਚ ਅੱਗ ਹੈ ਭਰਦੀ

✡✡✡

ਇਸਨੂੰ ਚਮਕਾਉਣ ਬਾਰੇ ਸੋਚ ਰਿਹਾਂ
ਅੱਜ ਦਾ ਦਿਨ ਵੀ ਉਮਰ ਦਾ ਹਿੱਸਾ
ਵਕਤ ਕਾਫ਼ੀ ਨਹੀਂ ਹੈ ਪਰ ਫਿਰ ਵੀ

✡✡✡

ਭਾਵੇਂ ਕਿਤੇ ਹੋਵੇ ਤਾਰੇ ਦੁਰਾਡੇ ਵਿੱਚ
ਜ਼ੱਰੇ ਤੋਂ ਜ਼ੱਰੇ ਤੱਕ ਸੰਚਾਰ ਹੁੰਦਾ ਹੈ
ਅੱਜ ਕਲ੍ਹ ਮੁਸੀਬਤ ਹੈ ਕੋਈ ਨਹੀਂ ਸੁਣਦਾ

✡✡✡

"ਸਮਝਦਾਰਾਂ" ਨੂੰ ਖ਼ਬਰ ਕੌਣ ਕਰੇ
ਫ਼ਾਇਦੇਮੰਦ ਖ਼ਤਰਨਾਕ ਵੀ ਹੈ
ਕਿ ਸਹੂਲਤ ਦੀ ਵੀ ਆਦਤ ਹੈ ਗ਼ਲਤ

✡✡✡

ਇਹ ਤਬੀਅਤ 'ਚ ਜੋ ਖ਼ੁਮਾਰੀ ਹੈ
ਕੈਫ਼ੀਅਤ ਵਿੱਚ ਜੋ ਖ਼ੁਸ਼ਗਵਾਰੀ ਹੈ
ਜੀ ਰਿਹਾ ਹਾਂ ਤੇਰੇ ਖ਼ਿਆਲ ਨੂੰ ਮੈਂ

✡✡✡

ਜ਼ਮੀਨ ਸਮਝ ਗਈ ਹੈ
ਗਗਨ ਪਛਾਣ ਗਿਆ ਹੈ
ਨ ਹੋਸ਼ ਇਲਮ ਨੂੰ ਕੋਈ

✡✡✡

ਕੰਡੇ ਕੰਡੇ ਦੀ ਚੋਭ ਮੈਂ ਵੀ ਲਵਾਂ
ਤਾਂ ਹੀ ਬਣਦਾ ਹੈ ਹੱਕ ਗੁਲਾਬਾਂ 'ਤੇ
ਹੋ ਕੇ ਗੁੱਸੇ ਗੁਆਓ ਨਾ ਮਹਿਕਾਂ

✡✡✡

ਧੁੱਪ ਇਕੱਠੀ ਕਰਾਂ ਜੋ ਸਾਰਾ ਦਿਨ
ਸ਼ਾਮ ਉਹ ਰੋਜ਼ ਮੈਥੋਂ ਖੋਹ ਲੈਂਦੀ
ਦੋਵੇਂ ਹੀ ਆਦਤਾਂ ਨਿਭਾਉਂਦੇ ਹਾਂ

✡✡✡

ਦਰਦ ਦਾ ਅੰਤ ਮੁਨਾਸਿਬ ਨਾ ਅਜੇ
ਰੰਗ ਹਾਲੇ ਤਾਂ ਬਹੁਤ ਕੱਚੇ ਜਿਹੇ
ਫ਼ਸਲ ਪੱਕੇਗੀ ਕਦੋਂ 'ਕੌਣ ਕਹੇ'?

✡✡✡

ਮੇਰੇ ਮਨ ਵਿਚਲੇ ਮਹਾਭਾਰਤ 'ਚ ਇਹ ਛਲ ਹੋ ਗਿਆ ਹੈ
ਕੌਰਵ ਇੱਕ ਸੌ ਪੰਜ ਹੋਏ ਕ੍ਰਿਸ਼ਨ ਪਾਗਲ ਹੋ ਗਿਆ ਹੈ
ਸ਼ਬਦ ਜੀਵਨ ਪ੍ਰੇਮ ਵਾਲ਼ੇ ਚੁੱਪ ਗੁਫ਼ਾ ਵੱਲ ਜਾ ਰਹੇ ਨੇ

✡✡✡

"ਲਹਿਰ ਉੱਛਲ਼ ਕੇ ਮੇਘ ਹੋ ਜਾਂਦੀ"
ਮੇਘ ਉੱਛਲ਼ ਕੇ ਲਹਿਰ ਹੁੰਦਾ ਹੈ
ਵਿੱਚ ਵਿਚਾਲੇ ਹੈ ਪਿਆਸ ਹੀ ਸਭ ਕੁਝ

✡✡✡

ਕਿਤੇ ਖ਼ਜੂਰਾਂ 'ਚ ਭਰ ਰਿਹਾ ਰਸ ਭਰੇ ਭਰੇ ਨਾਰੀਅਲ ਨੇ ਕਿਧਰੇ
ਕਰੂੰਬਲਾਂ ਚਾਹ ਦੀਆਂ ਨੇ ਜਗੀਆਂ ਕਿਤੇ ਨੇ ਕਾਹਵੇ ਦੇ ਫੁੱਲ ਚਿੱਟੇ
ਬੱਸ ਇੱਕ ਅਪਣੀ ਉਡੀਕ ਵਾਲ਼ੀ ਇਹ ਰੁੱਤ ਪੱਥਰ ਇਹ ਰੁੱਤ ਜ਼ਿੱਦੀ

✡✡✡

ਘਰਾਂ ਦੀ ਰੌਸ਼ਨੀ ਵਿੱਚ ਗੁੰਮ ਹੋ ਕੇ
ਲਗਾਈਏ ਸ਼ੀਸ਼ਿਆਂ ਵਿੱਚ ਜੋੜ ਮੇਲੇ
ਸਮਾਂ ਹੈ ਨ੍ਹੇਰ ਦੀ ਜਾਦੂਗਰੀ ਦਾ

✡✡✡

ਚਿੱਬ ਖੜਿੱਬੇ ਨੇ ਸ਼ਬਦ ਸਾਰੇ ਹੀ
ਵਲ਼ਵਲ਼ੇਵੇਂ ਨੇ ਸਾਰੇ ਅਰਥਾਂ ਵਿੱਚ
ਚੁੱਪ 'ਚੋਂ ਕੀ ਇਹ ਜਨਮਿਆ ਆਖ਼ਰ

✡✡✡

ਖ਼ੂਬ ਆਦਰ ਕਰੇ ਉਹ ਗੀਤਾਂ ਦਾ
ਹਰ ਬਸ਼ਰ ਸੰਭਲ਼ਿਆ ਜਿਹਾ ਰਹਿੰਦੈ
ਕਿਵ ਦੁਨੀਆਂ 'ਚ ਤਾਜ਼ਗੀ ਮਹਿਕੇ

✡✡✡

ਫ਼ਿਤਰਤਨ ਖ਼ਾਬ ਸਜਾ ਲੈਂਦੇ ਹਾਂ
ਆਦਤਨ ਸ਼ਹਿਰ ਵਸਾ ਲੈਂਦੇ ਹਾਂ
ਖ਼ਾਬ ਤੇ ਸ਼ਹਿਰ ਮਿਲੇ ਹੋਏ ਨਹੀਂ

✡✡✡

ਮੇਰੇ ਦੁੱਖ ਦੀ ਦਵਾ ਕੋਈ ਕਰੇ ਕਿਉਂ
ਬੁਰੀ ਏਨੀ ਖ਼ਤਾ ਕੋਈ ਕਰੇ ਕਿਉਂ
ਮਿਲੇ ਮੌਕੇ ਗੁਆਉਣਾ ਕੌਣ ਚਾਹੁੰਦੈ

✡✡✡

ਅਕਰਸ਼ਕ ਹੈ ਲਕੀਰਾਂ ਦਾ ਇਹ ਜਾਦੂ
ਨਿਰਰਥਕ ਹੈ ਅਧੀਰਾਂ ਉੱਤੇ ਕਾਬੂ
ਮੁੜੇਗੀ ਮੱਛੀ ਪੱਥਰ ਚੱਟ ਕੇ ਹੀ

✡✡✡

ਉਹ ਕਿਸੇ ਨੂੰ ਵੀ ਨਹੀਂ ਹੁੰਦੇ ਅਜ਼ੀਜ਼
ਸੱਚੇ ਸਭ ਨੂੰ ਜਾਪਦੇ ਨੇ ਬਦਤਮੀਜ਼
ਐ ਅਜ਼ੀਜ਼ੋ ਨਾ ਕਰੋ ਨੁਕਸਾਨ ਹੋਰ

✡✡✡

ਅਪਣੀ ਥਾਂ ਗੁਆਉਂਦੇ ਜਾਂਦੇ ਮੰਜ਼ਰ
ਅੱਖਾਂ ਦੀ ਇਹ ਦਹਿਸ਼ਤ ਹੈ ਜ਼ਿਆਦਾ
'ਮੇਰਾ ਵੇਖਣਾ' ਮੈਨੂੰ ਡਰਾਉਂਦਾ

✡✡✡

ਵੱਟਾਂ ਹੇਠ ਆਲੂ ਫੁੱਲ ਰਹੇ ਨੇ
ਦੁੱਧ ਵੀ ਭਰ ਰਿਹਾ ਹੈ ਬੱਲੀਆਂ ਵਿੱਚ
ਕਵਿਤਾ ਕਦ ਸਰ੍ਹੋਂ ਦੀ ਹੈ ਇਕੱਲੀ

✡✡✡

ਦੋਸਤ ਪਾਤਰ ਨੇ ਜਿਵੇਂ ਮਿਥਿਹਾਸਿਕ
ਅਪਣਾ ਇਤਿਹਾਸ ਨਹੀਂ ਹੈ ਕੋਈ
ਸਹੁੰ ਜੇ ਖਾਣੀ ਹੈ ਤੁਸੀਂ, ਖਾਵੋਂਗੇ

✡✡✡

ਪਿੱਠ ਹੀ ਸਭ ਤੋਂ ਦੂਰ ਸੀ ਅਪਣੀ
ਯੁੱਗ ਲੰਘੇ ਨੇ ਇੱਥੇ ਪਹੁੰਚਣ ਨੂੰ
ਹਾਏ ਹੁਣ ਸਭ ਤੋਂ ਦੂਰ ਹੈ ਚਿਹਰਾ

✡✡✡

ਸਮੂਹਿਕ ਨੀਂਦ ਸੱਤਾ ਵਾਸਤੇ ਇੱਕ ਸ਼ਰਤ ਹੁੰਦੀ ਹੈ
ਕਲਾ ਸਾਡੀ ਵੀ ਸਾਡੇ ਦੇਸ਼ ਅੰਦਰ ਵਰਤ ਹੁੰਦੀ ਹੈ
ਜੁੜੇ ਹੱਥ ਮੁਸਕਰਾਉਂਦੇ ਚਿਹਰੇ ਖਾ ਜਾਂਦੇ ਨੇ ਤਕਦੀਰਾਂ

✡✡✡

ਸਾਡੇ ਅਮਰੂਦ ਟੁੱਕਦੇ ਹੁੰਦੇ ਸਨ
ਨਿੰਮ ਦੇ ਖੋੜ ਵਿੱਚ ਉਹ ਤੋਤੇ ਸਨ
ਇੱਕ ਨਿਸ਼ਾਨੀ ਵੀ ਹੁਣ ਨਹੀਂ ਲੱਭਦੀ

✡✡✡

ਗੁਰਦੁਆਰੇ ਨੂੰ ਦਾਨ ਕਰਦੇ ਹਾਂ
ਦਫ਼ਤਰਾਂ ਨੂੰ ਵੀ ਰਿਸ਼ਵਤਾਂ ਦੇਈਏ
ਰਿਕਸ਼ੇ ਵਾਲੇ ਦੇ ਨਾਲ਼ ਲੜਦੇ ਹਾਂ

✡✡✡

ਮੋਰ ਦੀ ਪੈਲ਼ ਨਜ਼ਰ ਨੂੰ ਤੋਹਫ਼ਾ
ਕੂਕ ਕੋਇਲ ਦੀ ਗ਼ਜ਼ਬ ਸਰਸ਼ਾਰੀ
ਸਾਉਣ ਜੀਵਨ ਨੂੰ ਸਰਾਬੋਰ ਕਰੇ

✡✡✡

ਰੁਦਰਵੀਣਾ 'ਚੋਂ ਭੈਰਵੀ ਝਰਦੀ
ਤਾਲ ਮਿਰਦੰਗ ਦੇ ਰਹੀ ਤਿੱਖਾ
ਮਨ 'ਚ ਉਜਿਆਰਿਆਂ ਦਾ ਨਾਚ ਗ਼ਜ਼ਬ

✡✡✡

ਮੇਰੇ ਸਰੂਰ ਦੀ ਦੁਨੀਆਂ 'ਚ ਰੌਸ਼ਨੀ ਤੇਰੀ
ਮੇਰੇ ਕਰਾਰ 'ਚੋਂ ਅੰਬਰ ਉਡਾਨ ਭਰਦੇ ਨੇ
ਮੇਰਾ ਯਕੀਨ ਕਿਸੇ ਵਹਿਮ ਦਾ ਸ਼ਿਕਾਰ ਨਹੀਂ

✡✡✡

ਮੇਰੇ ਅਕਸ ਉੱਤੇ ਉਹ ਹਮਲਾ ਕਰੇ
ਹਰ ਇੱਕ ਵਾਰ ਪਹਿਲਾਂ ਤੋਂ ਤਿੱਖਾ ਕਰੇ
ਮੈਂ ਉਸਦੇ ਥਕੇਵੇਂ ਤੋਂ ਤੰਗ ਆ ਗਿਆਂ

✡✡✡

ਮੈਨੂੰ ਮਜਬੂਰ ਕਰ ਰਹੇ ਹੋ ਤੁਸੀਂ
ਫਿਰ ਕਹੋਗੇ ਕਿ ਕਹਿ ਰਿਹਾ ਹਾਂ ਮੈਂ
ਇਹ ਸ਼ਿਕਾਇਤ ਨਹੀਂ ਇਰਾਦਾ ਹੈ

☆☆☆

ਘਰ ਨੂੰ ਤਾਲ਼ਾ ਲਗਾ ਕੇ ਜਾਂਦੇ ਹਾਂ
ਜੰਗ ਪਰ ਘਰ ਤੋਂ ਬਹੁਤੀ ਦੂਰ ਨਹੀਂ
ਸਾਰੇ ਦੁਨੀਆਂ ਨੂੰ ਪਿੰਡ ਕਹਿੰਦੇ ਨੇ

☆☆☆

"ਜੋ ਕਿਸੇ ਦੇ ਖ਼ਿਲਾਫ਼ ਬਣਦੇ ਨੇ
ਉਹ ਲਤੀਫ਼ੇ ਸੁਣਾਉਣੇ ਬੰਦ ਕਰੋ"
ਵਕਤ ਗੰਭੀਰ ਟਿੱਪਣੀਆਂ ਦਾ ਹੈ

☆☆☆

ਪਰਬਤੀਂ ਉੱਤਰੀ ਸੁਰਮਈ ਸੰਧਿਆ
ਨੇਰ੍ਹਿਆਂ ਵਿੱਚ ਜਿਵੇਂ ਗ੍ਰਾਫ਼ ਮਿਟਦਾ ਪਿਆ
ਯਾਤਰਾ ਉੱਜਲੀ ਕੈਨਵਸ ਭਾਲ਼ਦੀ

☆☆☆

ਰੰਗ ਦਾ ਕੀ ਹੈ ਭਟਕਿਆ ਹੋਣੈ
ਅਕਸ ਪਾਣੀ 'ਚ ਬਸ ਖ਼ਲਾਅ ਦਾ ਹੈ
ਪੌਣ ਆਵੇ ਤੇ ਲਹਿਰ ਲਹਿਰ ਕਰੇ

☆☆☆

ਸਾਵਧਾਨੀ ਸ਼ਰਾਰਤਾਂ ਕਰਦੀ
ਰਾਹ 'ਤੇ ਹੋ ਕੇ ਵੀ ਰਾਹੋਂ ਭਟਕੇ ਹਾਂ
ਧੁੱਪ ਤੇ ਨ੍ਹੇਰ ਦੀ ਹੈ ਖਿੱਧਿਆਈ

✡✡✡

ਚੰਨ ਸਾਗਰ ਨੂੰ ਖਿੱਚਦਾ ਆ ਕੇ
ਚੈਨ ਪੱਤਿਆਂ ਦੇ ਜਲ ਦਾ ਖੋਂਹਦਾ ਹੈ
ਚਾਨਣੀ ਨੀਂਦ ਦਾ ਸ਼ਿਕਾਰ ਕਰੇ

✡✡✡

ਝੀਲ ਤੇ ਚਾਨਣੀ ਮਲ਼ ਰਹੀ ਹੈ ਹਵਾ
ਪੁੰਨਿਆ ਉਸਦੇ ਪਾਣੀ 'ਤੇ ਲਹਿਰਾ ਰਹੀ
ਆ ਜਾ ਇਸ ਤਰਜ਼ ਨੂੰ ਨਗ਼ਮਗੀ ਸੌਂਪੀਏ

✡✡✡

ਕਈ ਸੰਖਾਂ ਦੀਆਂ ਗੂੰਜਾਂ ਕਿਸੇ ਦੀ ਸੋਚ-ਗੰਗਾ 'ਤੇ
ਕਈ ਸਾਰੰਗੀਆਂ ਵੱਜਣ ਕਿਸੇ ਦੇ ਸੋਚ-ਸਹਿਰਾ 'ਤੇ
ਕਿਸੇ ਦੇ ਸੋਚ-ਖੇਤਾਂ 'ਚੋਂ ਹੈ ਟੁੱਟਿਆ ਖ਼ਾਬ ਹੇਕਾਂ ਦਾ

✡✡✡

ਸਫ਼ਾ ਹੈ ਮੰਚ ਸਾਰੇ ਸ਼ਬਦ ਜਿਊਂਦੇ ਜਾਗਦੇ ਪਾਤਰ
ਤੁਸੀਂ ਕਵਿਤਾ ਨੂੰ ਵੇਖੋ ਕਿਸ ਤਰ੍ਹਾਂ ਸੰਵਾਦ ਕਰਦੀ ਹੈ
ਇਹ ਅਰਥਾਂ ਟਹਿਣੀਆਂ ਤੋਂ ਦੂਰ ਦੀ ਪਰਵਾਜ਼ ਹੁੰਦੀ ਹੈ

✡✡✡

ਇੱਕ ਸਿਆਣੇ ਦਾ ਕਿਹਾ ਸੀ ਜਾਇਜ਼
ਕਾਵਿ ਰਾਹਾਂ 'ਤੇ ਤੁਰੀਂ ਜੇਕਰ ਤੂੰ
ਅਣਸੁਣੇ ਰਹਿਣ ਦੀ ਆਦਤ ਪਾਈਂ

✡✡✡

ਜਿਹੜੇ ਤਾਰੇ ਨੇ ਗਿਣਤੀਓਂ ਬਾਹਰ
ਉਨ੍ਹਾਂ ਕਰਕੇ ਉਨੀਂਦਰਾ ਜਾਇਜ਼
ਮੇਰਾ ਹਾਸਲ ਕਰੂਰ ਹਾਸਲ ਹੈ

✡✡✡

ਸੂਏ ਵਿੱਚ ਅੱਕ ਦੇ ਟੀਂਡੇ ਤਾਰੇ
ਵਹਿ ਗਏ ਨਾਲ਼ ਮੇਰੇ ਉਹ ਦਿਨ ਵੀ
ਅੱਜ ਦਾ ਅੱਕ ਵੀ ਵਹਿ ਜਾਏਗਾ

✡✡✡

"ਤੁਰ ਕੇ ਭੱਖੜੇ ਤੇ ਮਿਲੇ ਸਨ ਚਿੱਭੜ"
ਮੈਨੂੰ ਦਾਦੇ ਦੀ ਕਥਾ ਯਾਦ ਰਹੀ
ਮੈਂ ਕਿਸੇ ਨੂੰ ਇਹ ਕਹਾਂ ਜਾਂ ਨਾ ਕਹਾਂ

✡✡✡

ਮਿੱਠਾ ਹੋਣਾ ਹੀ ਪੀੜਿਆ ਜਾਣਾ
ਸਰਕੜਾ ਇੱਖ ਕੋਲ ਝੂਮ ਰਿਹਾ
ਦਾਤੀਆਂ ਉਸ ਲਈ ਵੀ ਆਉਣਗੀਆਂ

✡✡✡

ਖਾਲ ਉੱਤੇ ਪੁਦੀਨਾ ਹਰਾ ਨਾ ਰਿਹਾ
ਨੱਕਾ ਮੋੜਨ ਤੋਂ ਉੱਠਦੀ ਨਹੀਂ ਹੇਕ ਵੀ
ਬਦਲੇ ਪਾਣੀ ਸਜ਼ਾ ਦੇ ਰਹੇ ਨੇ ਬੁਰੀ

✡✡✡

ਅਮਰਵੇਲ ਹੋਰਾਂ ਦੀ ਸ਼ਹਿ 'ਤੇ ਪਲ਼ੇ
ਗ਼ਜ਼ਬ ਹੈ ਜੇ ਛਾਂ ਦਾ ਉਹ ਦਾਅਵਾ ਕਰੇ
ਅਜਬ ਉਸਦੇ ਭਗਤਾਂ ਦੀ ਮਾਸੂਮੀਅਤ

✡✡✡

ਸੈਕਸੋਫ਼ੋਨ ਜੈਜ਼ ਦਾ ਉਤਕਰਸ਼
ਰਾਤ ਜਿਉਂ ਵਜਦ ਦਾ ਨਵਾਂ ਆਦਰਸ਼
ਸੈਰ ਹੁਣ ਤਾਰਿਆਂ ਦੀ ਕਰੀਏ, ਆ

✡✡✡

ਮੈਂ ਭਵਿੱਖ ਨੂੰ ਅਤੀਤ ਵਿੱਚ ਸੁੱਟਿਆ
ਕੀ ਕਰਾਮਾਤ ਹੈ ਭਲਾ ਇਸ ਵਿੱਚ
ਸਾਰੇ ਇਹ ਹੀ ਤਾਂ ਕਰਦੇ ਹੁੰਦੇ ਨੇ

✡✡✡

ਮੁਸਕਰਾਹਟ 'ਚ ਕਿੰਨੇ ਫੁੱਲ ਖਿੜੇ
ਲੱਗ ਰਹੇ ਹੋ ਮੁਜੱਸਮਾ ਚਾਅ ਦਾ
ਕਿਸਦਾ ਨੁਕਸਾਨ ਕਰਕੇ ਆਏ ਹੋ

✡✡✡

ਜੇ ਲਹੂ ਦੇ ਚਿਰਾਗ਼ ਮੱਧਮ ਹਨ
ਉੱਠੋ ਅਵਸਾਦ 'ਚੋਂ ਚਲੋ ਉੱਠੋ
ਆਓ ਪੱਥਰ ਤਰਾਸ਼ੀਏ ਰਲ਼ ਕੇ

✡✡✡

ਖ਼ੂਨ ਵਿੱਚ ਜ਼ਿੱਦ ਹੀ ਲਾਲ ਹੁੰਦੀ ਹੈ
ਇਹ ਹੀ ਉਸਦੀ ਮਜਾਲ ਹੁੰਦੀ ਹੈ
ਸਿਰਫ਼ ਸਹਿੰਦੇ ਰਹੋ ਤਾਂ ਕੈਦ ਹੀ ਹੈ

✡✡✡

ਅੱਗ ਦੀ ਓਟ 'ਚੋਂ ਕੋਈ ਵੇਖੇ
ਮੈਂ ਹਮੇਸ਼ਾ ਹੀ ਅੱਖ ਚੁਰਾਉਂਦਾ ਹਾਂ
ਉਸਦਾ ਹਾਸਾ ਤਾਂ ਸੁਣ ਹੀ ਜਾਂਦਾ ਹੈ

✡✡✡

ਬੱਚਿਆਂ ਨੂੰ ਖਿਡੌਣੇ ਮਿਲ ਨ ਸਕੇ
ਦੇਸ਼ ਨੂੰ ਪਰ ਮਿਜ਼ਾਇਲਾਂ ਮਿਲੀਆਂ
ਬੱਚੇ ਅੰਬਰ ਨੂੰ ਕਿੰਵ ਵੇਖਣਗੇ

✡✡✡

ਬੰਸਰੀ ਦੀ ਮਿਠਾਸ ਫੈਲ ਰਹੀ
ਪੌਣ ਨੂੰ ਪੌਣ ਹੋਣ ਦੀ ਹੈ ਖ਼ੁਸ਼ੀ
ਮੇਰੇ ਪੱਥਰ ਨੂੰ ਕੋਈ ਸਾਰ ਨਹੀਂ

✡✡✡

ਜੋ ਪਾਠਕ ਵੀ ਨਹੀਂ ਉਹ ਲੇਖਕਾਂ ਦੇ ਚੌਧਰੀ ਹਨ
ਹਰਿਕ ਸਾਹਿਤ ਸਭਾ ਇਹਨਾਂ ਦੀ ਹਉਮੈ ਹੇਠ ਦੁਬਕੀ
ਬਚਾਉਣੀ ਹੈ ਜੇ ਭਾਸ਼ਾ ਤਾਂ ਇਨ੍ਹਾਂ ਤੋਂ ਵੀ ਬਚਾਵੋ

✡✡✡

ਧਾਰਮਿਕ ਥਾਂ ਦੀ ਕਮਾਈ ਬਹੁਤੀ
ਜਿੱਥੇ ਕਿਰਸਾਨ ਮਰੀ ਜਾਂਦੇ ਨੇ
ਅੱਤ ਦਾ ਅੰਤ ਕਦੋਂ ਕਰਨਾ ਹੈ

✡✡✡

ਹਾਂ, ਮੈਂ ਹੋਣੀ ਦਾ ਉਚਿਤ ਸਿੱਟਾ ਹਾਂ
ਕਿ ਸਰਾਬਾਂ 'ਚ ਸਫ਼ਰ ਜਾਰੀ ਹੈ
ਬੈਠੇ ਬੈਠੇ ਮੈਂ ਗ਼ਲਤ ਕਿਓਂ ਹੋਵਾਂ

•